ഗ്രീൻ ബുക്സ്

സ്നേഹവർണങ്ങൾ

ഇന്ദുലേഖ

ഇന്ദുലേഖ 1976 ജനുവരി 16ന് കണ്ണൂർ ജില്ലയിലെ
അരോളിയിൽ ജനനം.
അച്ഛൻ : നാരായണൻകുട്ടി മേനോൻ.
അമ്മ : ഭാഗീരഥിയമ്മ.
ഹിസ്റ്ററിയിലും ജേർണലിസത്തിലും മാസ്റ്റർ ഡിഗ്രി.
കോളേജ് അധ്യാപികയായും
പത്രപ്രവർത്തകയായും ജോലി നോക്കി.
2005 മുതൽ ദുബായിൽ ഭർത്താവ് മുരളീധരനോടൊപ്പം
ഇലക്ട്രിക്കൽ ബിസിനസ് ചെയ്യുന്നു.
(കൽക്കി ഇലക്ട്രോ മെക്കാനിക്കൽ കോൺട്രാക്ടിങ്
ആൻഡ് എക്യുപ്മെന്റ് ട്രേഡിംഗ്. എൽ.എൽ.സി.)
ആദ്യകൃതി: ഓർക്കാനിഷ്ടപ്പെടുന്ന ഓർമ്മകൾ.
Email: indulekhadubai@gmail.com

നോവൽ

സ്നേഹവർണങ്ങൾ

ഇന്ദുലേഖ

ഗ്രീൻ ബുക്സ്

green books private limited
gb building, civil lane road, ayyanthole,
thrissur- 680 003, kerala, ph: +91 487-2381066, 2381039
website: www.greenbooksindia.com
e-mail: info@greenbooksindia.com

branches:
thrissur 0487-2422515
thiruvananthapuram 0471-2335301
calicut 0495 4854662

malayalam
snehavarnangal
novel
by
indhulekha

published september 2023

cover image : kavithabhama p.v.
cover design : s. mahendra

printed in india
manipal technologies ltd.

isbn : 978-81-19486-31-1

₹ 140.00
GBPL/1320/2023

മുഖക്കുറി

"ബന്ധങ്ങൾ അകലുകയാണ്. സ്നേഹം പ്രഹസനമായി മാറിക്കൊണ്ടിരിക്കുന്നു. എല്ലാവരും എന്തൊക്കെയോ നേടാനുള്ള മത്സരയോട്ടത്തിലാണ്. അത് അവരെ കൂടുതൽ സ്വാർത്ഥരാക്കുന്നു. സ്വയം ഉള്ളിലേക്കൊതുങ്ങുന്നു. ഉത്തരവാദിത്തങ്ങളിൽനിന്നും കടമകളിൽനിന്നും ഒഴിഞ്ഞുമാറുന്നു." കഥയിലെ കീർത്തിയെന്ന പെൺകുട്ടി ജീവിതയാഥാർത്ഥ്യങ്ങളെ അനുഭവങ്ങളിലൂടെ മനസ്സിലാക്കുകയാണ്. നിർമ്മലജലം പോലെ തെളിമയാർന്ന ഉൾക്കാഴ്ചകൾക്കുടമയായ കീർത്തി അവളുടെ ചുറ്റുമുള്ള ഒരു ഗ്രാമത്തിന്റെ ദൃശ്യഭംഗിയും പോയകാല ചരിത്ര സംഭവങ്ങളും ഒപ്പിയെടുക്കുന്നതിനോടൊപ്പം സ്വന്തം തറവാട്ടിലെ ഇളയച്ഛനെന്ന കഥാപാത്രത്തെ ഉൾക്കൊള്ളാനാവാത്തതിന്റെ വേവുകളിലൂടെ കടന്നുപോവുകയാണ്. വയസ്സായാൽ, ഒരാളെക്കൊണ്ടുള്ള പ്രയോജനങ്ങൾ അവസാനിച്ചുകഴിഞ്ഞാൽ അയാളെ വീട്ടുകാർ കൺമുന്നിൽ കാണുന്നുണ്ടെങ്കിലും ഒരു അദൃശ്യവസ്തുവായി മാത്രം കരുതുന്നു. മാനസികമായി ഒറ്റപ്പെടുത്തുന്നു. കർമ്മബന്ധങ്ങളാൽ സമ്പന്നനായ ഇളയച്ഛനെ അറിയാതെയാണെങ്കിലും കീർത്തിയും അവഗണനകളിലൂടെ മുറിവേല്പിക്കുന്നു. കടന്നുപോകുന്ന വഴി മറന്നുപോയാൽ മുന്നോട്ടുള്ള വഴി തെറ്റിപ്പോകും എന്ന കാര്യം കീർത്തിക്കും മനസ്സിലാകുന്നത് വൈകിയാണ്.

ഇത് വളരെ കുറച്ച് പേജുകളുള്ള നോവലാണ്. എങ്കിലും കാഴ്ചയുള്ള നമ്മളെപ്പോലുള്ളവർ കാണാനാഗ്രഹിക്കാതെ, മനസ്സിന്റെ അടിത്തട്ടുകളിൽ ഒളിപ്പിച്ചുവെക്കുന്ന ചില പൊള്ളുന്ന സത്യങ്ങളാണ് കാഴ്ചപരിമിതിയുള്ള ഇന്ദുലേഖ നമുക്ക് പകർന്നുതരുന്നത്.

എഡിറ്റർ

ആമുഖം

ജീവിതയാത്രയിൽ കണ്ടതും കെട്ടതും അറിഞ്ഞതും തീക്ഷ്ണമായ എന്റെ ജീവിതാനുഭവങ്ങളും എഴുതാൻ ആവശ്യപ്പെട്ടുകൊണ്ടും മറ്റുള്ള ആളുകൾ പറഞ്ഞു തന്ന അവരുടെ അനുഭവങ്ങളുമാണ് സാധാരണയായി ഞാൻ എഴുതാറുള്ളത്. കാഴ്ചപരിമിതി കാരണം മനസ്സിലെ ആശയങ്ങൾ പേപ്പറിൽ പകർത്താൻ എനിക്കസാധ്യമാണ്. ഇവിടെ ദുബായിൽ എഴുതാനുള്ള ആളെ കിട്ടാൻ ഞാൻ ഏറെ ബുദ്ധിമുട്ടാറുണ്ട്.

വളരെ സന്തോഷത്തോട് കൂടിയാണ് എന്റെ ഈ നോവൽ 'സ്നേഹവർണങ്ങൾ' എഴുതി പൂർത്തിയാക്കിയത്. കാഴ്ചക്കുറവ് അനുഗ്രഹമായി കാണുകയും പലപ്പോഴും സന്തോഷിക്കുകയും ചെയ്തിരുന്ന ഞാൻ, എന്റെ ആദ്യപുസ്തകം എഴുതുമ്പോൾ ഈ പരിമിതിയെ ഓർത്ത് ഒരുപാട് സങ്കടപ്പെടുകയും മനസ്സുകൊണ്ട് കരയുകയും ചെയ്തിട്ടുണ്ട്. എന്റെ മനസ്സിലെ ആശയങ്ങൾ സുബിക്ക് (സുബിത ബേബി) പറഞ്ഞു കൊടുക്കുമ്പോൾ ഞാൻ ഒരു ബുദ്ധിമുട്ടും അനുഭവിച്ചില്ല. സ്വന്തം കൈകൊണ്ട് എഴുതുന്നതുപോലെ പലപ്പോഴും തോന്നിയിട്ടുണ്ട്. ആ ഒരു സംതൃപ്തിയും സന്തോഷവും എനിക്കീ നോവൽ എഴുതുമ്പോൾ കിട്ടിയിരുന്നു. വീണ്ടും വീണ്ടും എഴുതാനുള്ള ഒരു പ്രേരണയായിരുന്നു സുബിയോടൊപ്പമുള്ള ഈ എഴുത്തുയാത്ര.

എന്റെ ആദ്യ പുസ്തകം വായിച്ചവരുടെ പ്രോത്സാഹനം, എന്റെ അമൂല്യ സുഹൃത്തായ പി.കെ. അനിൽ കുമാർ തന്ന ധൈര്യം, കുട്ടിക്കാലം തൊട്ടേയുള്ള എന്റെ

ആത്മമിത്രമായ വിനോദ് കുമാർ തന്ന പ്രചോദനം, ഇത്ര പെട്ടെന്ന് എഴുതാൻ സഹായിച്ചു.

നരേന്ദ്രൻ സാറിനോടും ഗ്രീൻ ബുക്സിനോടും ഞാനും എന്റെ നോവലും കടപ്പെട്ടിരിക്കുന്നു. ചില പ്രതികൂല സാഹചര്യം കാരണം പുസ്തകം എഴുതാൻ വൈകിപ്പോയിരുന്നു, നരേന്ദ്രൻ സാറിനോട് പറഞ്ഞപ്പോൾ കഥ അയച്ചു തന്നാൽ മതി പ്രസിദ്ധീകരിക്കാം എന്നു പറഞ്ഞു. എന്റെ കാഴ്ചപരിമിതി മനസ്സിലാക്കി എന്റെ നോവൽ പ്രസിദ്ധീകരിക്കാൻ കാണിച്ച സാറിന്റെ വലിയ മനസ്സിനോട് എത്ര നന്ദി പറഞ്ഞാലും മതിയാകില്ല. എന്നെ എന്തിനും ഏതിനും പ്രോത്സാഹിപ്പിക്കുന്ന മുരളിയെ എന്തു പറയണമെന്നെനിക്കറിയില്ല. ആ സപ്പോർട്ട് വാക്കുകൾക്കും മുകളിലാണ്.

ഇന്ദുലേഖ

സ്നേഹവർണങ്ങൾ

ഒന്ന്

മെഡിക്കൽ കോളേജിലെ സാന്ത്വനം വാർഡിൽനിന്നും പുറത്തിറങ്ങുമ്പോൾ മനസ്സിന്റെ ഗിൽട്ടിനെസ്സ് ഒന്നുകൂടി വർദ്ധിച്ചു. ഈയിടെയായി ഇവിടേക്കുള്ള സന്ദർശനം ആശ്വാസത്തേക്കാളേറെ എന്നെ അസ്വസ്ഥമാക്കുകയാണ്. ഒരു തമാശ, ചെറിയ വാശി, ഇങ്ങനെ സംഭവിക്കുമെന്ന് ഒരിക്കൽപോലും കരുതിയില്ല. ജീവിതത്തിന് മടക്കയാത്രയില്ല. അതുകൊണ്ടുതന്നെ തിരുത്താനുമാകില്ല. പ്രായത്തിന്റെ പക്വതയില്ലായ്മ എന്നെക്കൊണ്ട് പലതും ചിന്തിപ്പിച്ചു, പ്രവർത്തിപ്പിച്ചു, പറയിപ്പിച്ചു. പിന്നിട് തിരിച്ചറിഞ്ഞു അതൊന്നും ശരിയല്ലായിരുന്നുവെന്ന്. അപ്പോഴേക്കും സമയം ഒരുപാട് കഴിഞ്ഞിരുന്നു. ഇന്ന് അതോർത്ത് ഒരു മെഴുകുതിരിപോലെ ഉരുകുകയാണ് ഞാൻ.

"മോളേ, ഒരു കാര്യം ചെയ്യുമ്പോൾ നൂറുവട്ടം ആലോചിക്കണം. ഇല്ലെങ്കിൽ പിന്നീട് ദുഃഖിക്കേണ്ടിവരും."

രമണിയാന്റിയുടെ വാക്കുകൾ ചെവിയിൽ മുഴങ്ങി. എന്നാൽ ആ സമയത്ത് അതൊന്നും ഓർമയിൽ വന്നില്ല. ഞാൻ തെറ്റ് ചെയ്തുവെന്ന് ആരും പറയില്ല. ഒരാളുപോലും എന്നെ കുറ്റപ്പെടുത്തി സംസാരിക്കുകയുമില്ല. പക്ഷേ ഇതിനകം എന്റെ മനസ്സ് എന്നോടുതന്നെ ഒരായിരം തവണ പറഞ്ഞുകഴിഞ്ഞു. ഞാൻ ചെയ്തത് തെറ്റാണ്, തെറ്റാണ്, തെറ്റാണ് എന്ന്.

നമുക്ക് ശരിയെന്നു തോന്നുന്നത് മറ്റുള്ളവർക്കും അവരുടെ ശരി നമുക്കും എപ്പോഴും ശരിയായിക്കൊള്ളാമെന്നില്ല. രണ്ടുപേർക്കും ശരിയായി തോന്നുന്നതാണ് യഥാർത്ഥ ശരി. ഇതൊരു വേദനയായി നിഴലുപോലെ എന്നെ പിന്തുടരുകയാണ്. കാലത്തിനും സമയത്തിനും ഇതിന്റെ തീവ്രത കുറയ്ക്കാൻ കഴിഞ്ഞേക്കും. ഇതൊരു കരിപ്പാടായി എന്റെ മനസ്സിൽ എന്നും കാണും. വല്ലപ്പോഴെങ്കിലും ഓർമയിൽ ഒരു നീറ്റലായി കടന്നുവരും.

മനസ്സ് പല വഴിക്ക് നിയന്ത്രണമില്ലാതെ സഞ്ചരിച്ചെങ്കിലും കാല് ലക്ഷ്യം കണ്ടു. ബസ്സ്റ്റാന്റിലെത്തി. ഇന്ന് ഞായറാഴ്ച ആയതു കൊണ്ട് നാട്ടിലേക്കുള്ള ബസ്സിൽ നല്ല തിരക്ക് കാണും. അതു കൊണ്ട് ഹൈവേയിലിറങ്ങി ഓട്ടോ പിടിച്ചു പോകാം. ആദ്യം കണ്ട ബസ്സിൽ കയറി. ഡ്രൈവറുടെ പുറകിലുള്ള സീറ്റിന്റെ സൈഡിൽ ഇരുന്നു. ടിക്കറ്റ് എടുക്കാനായി ബാഗ് തുറന്നു പത്തു രൂപ എടുത്ത പ്പോൾ അമ്മാവൻ പറഞ്ഞ വാക്യം ഓർമ വന്നു.

“[illegible] കണ്ടക്ടർ [illegible] പറയണം. അല്ലാത്ത പക്ഷം ബസ് മാറിയാൽ അറിയില്ല. ഒരേ പേരിലും കളറിലും പല വഴിക്ക് പോകുന്ന ബസ് ഉണ്ട്.”

“കലാക്ഷേത്രം.”

കണ്ടക്ടർ പത്തു രൂപയുടെ ടിക്കറ്റ് മുറിച്ചു തന്നു. യാത്രയുടെ അവസാനംവരെ ടിക്കറ്റ് സൂക്ഷിച്ചു വെക്കുക എന്നുള്ളത് കുട്ടി ക്കാലത്തേ പഠിച്ചുവച്ചതാണ്. അതുകൊണ്ട് ടിക്കറ്റ് ഭദ്രമായി ബാഗിൽ വച്ചു. ബസ് നീങ്ങിത്തുടങ്ങി. വിൻഡോയിലൂടെ പുറത്തു നോക്കി യപ്പോൾ ആളുകൾ ഒറ്റയ്ക്കും കൂട്ടമായും തിരക്കിട്ടു പോകുന്നത് കണ്ടു.

എന്റെ മനസ്സും കണ്ണും രണ്ട് വഴിക്കാണ് സഞ്ചരിക്കുന്നത്. കണ്ണ് റോഡിലും മനസ്സ് ആശുപത്രിവാർഡിലുമാണ്. ഒറ്റപ്പെടലാണ് ഒരു മനുഷ്യന് കിട്ടാവുന്നതിൽ വെച്ച് ഏറ്റവും വലിയ ശിക്ഷ. ജീവിത ത്തിൽ മനസ്സുകൊണ്ടെങ്കിലും ഒറ്റപ്പെടാത്തവരായി ആരുമില്ല. എല്ലാവരുമുണ്ടെങ്കിലും പൂർണമായി മനസ്സിലാക്കാനും ഉള്ളിലെ വിഷമം തുറന്നുപറയാനും ആരുമില്ലാത്ത ഒത്തിരിപേർ നമുക്ക് ചുറ്റുമുണ്ട്.

ഇന്ന് ബന്ധങ്ങൾ അകലുകയാണ്. എല്ലാത്തിന്റെയും അടി സ്ഥാനം പണം മാത്രം. സ്നേഹം പ്രഹസനമായി മാറിക്കൊണ്ടിരി ക്കുന്നു. കാണിക്കുന്ന സ്നേഹപ്രകടനങ്ങളാകട്ടെ, ഒട്ടും ആത്മാർ ത്ഥതയില്ലാത്തതുമാണ്. എല്ലാവരും എന്തൊക്കെയോ നേടാനുള്ള മത്സരയോട്ടത്തിലാണ്. അത് അവരെ കൂടുതൽ സ്വാർത്ഥരാക്കുന്നു. സ്വയം ഉള്ളിലേക്കൊതുങ്ങുന്നു. ഉത്തരവാദിത്തത്തിൽനിന്നും കടമ യിൽനിന്നും മാറി നിൽക്കുന്നു. അതിന്റെ പരിണിതഫലമാണ് ഞാനാ വാർഡിൽ കണ്ട കാഴ്ചകൾ. കാലത്തിന്റെ മാറ്റങ്ങളെ ഉൾ ക്കൊള്ളാനാകാത്ത കുറെ മനുഷ്യർ. ബന്ധുക്കളാൽ ഉപേക്ഷിക്ക പ്പെട്ടവർ. അവരുടെ കണ്ണുകളിൽ നോക്കിയാൽ കാണാൻ കഴിയും

പ്രതീക്ഷയുടെ വെളിച്ചം മങ്ങിത്തുടങ്ങിയിരിക്കുന്നു. അവർക്ക് പരിഭവമോ പരാതിയോ ഇല്ല. അവരോട് സംസാരിച്ചുകൊണ്ടിരിക്കുകയാണെങ്കിലും എന്റെ മനസ്സിൽ തെളിഞ്ഞുവന്നത് ആ ഒരു മുഖമാണ്.

കഴിഞ്ഞ കുറെ ദിവസങ്ങളായി എന്റെ ഉറക്കം കെടുത്തിയ മുഖം. അല്പമെങ്കിലും എന്നെ ഭയപ്പെടുത്തിയ ആ മുഖം. തറവാടിന്റെ വരാന്തയിൽ കസേരയിൽ ഇരിക്കുന്നതും തൂണ് ചാരി നിൽക്കുന്നതും മുറ്റത്തുകൂടി നടക്കുന്നതും കഴിഞ്ഞ കുറെ ദിവസങ്ങളായി ഞാൻ കണ്ടുകൊണ്ടിരിക്കുന്നു. ഇളയച്ഛൻ തറവാടും പരിസരവും വിട്ടു പോയിട്ടില്ല എന്ന് അറിയിച്ചപ്പോൾ അത് നിന്റെ വെറും തോന്നലാണെന്നു പറഞ്ഞു.

ഞാൻ മാത്രമല്ല അമ്മയും അമ്മായിയും ചേച്ചിയും അപ്പുവും കണ്ടിരിക്കുന്നുവെന്ന് പറഞ്ഞപ്പോൾ നിനക്ക് മാനസികരോഗമാണെന്ന് പറഞ്ഞു. യഥാർത്ഥ സത്യമിതാണ്. അവരും കണ്ടിരിക്കുന്നു. എന്നേക്കാളേറെ ആ രൂപത്തെ അവർ ഭയക്കുന്നു. മനസ്സാക്ഷിക്ക് പോലും പൊറുക്കാത്ത തെറ്റാണ് അവർ ചെയ്തത്.

എന്നെ ഭയപ്പെടുത്താനല്ല പിന്തുടരുന്നത്. എന്തോ എന്നോട് പറയാനുണ്ട്. പക്ഷേ ഇനിയൊരിക്കലും ഇളയച്ഛൻ സംസാരിക്കില്ല. ഇവിടെ നടന്ന കാര്യങ്ങളൊക്കെ അറിഞ്ഞിരിക്കുമോ? ഞാനൊരിക്കലും ആ മുഖം മനസ്സിൽനിന്നും മായ്ച്ചു കളയാനാഗ്രഹിക്കുന്നില്ല. ഓർമ്മയിലെന്നും തെളിഞ്ഞുവരും.

ഞാൻ ആ മുഖം അവസാനമായി കണ്ടത്, നല്ല മഴയുള്ള ആ വൈകുന്നേരം അസ്തമയത്തോടുക്കുമ്പോഴാണ്. വരാന്തയിൽ നിന്നും മുറ്റത്തേക്ക് ഇറങ്ങുന്ന സ്റ്റെപ്പിൽ മഴയെ നോക്കിക്കൊണ്ട് ചുമരും ചാരി ഞാനിരിക്കുകയായിരുന്നു. ശക്തമായ മഴയായതുകൊണ്ട് ദൂരക്കാഴ്ച വ്യക്തമല്ല. മഴയുടെ ശബ്ദത്തിനൊരു ശാന്തതയുണ്ട്. ശ്രദ്ധിച്ചാൽ താളവും കേൾക്കാം.

കഴിഞ്ഞ കുറേ ദിവസങ്ങളായി മഴ തുടരുകയാണ്. ഇടയ്ക്ക് അല്പം ശക്തി കുറഞ്ഞെങ്കിലും അതിപ്പോഴൊന്നും പെയ്തൊഴിയുന്ന ലക്ഷണമില്ല. കുളവും പുഴയും കിണറും വെള്ളം കയറിയിരിക്കുന്നു. മിഥുന മാസത്തിലെ തിരുവാതിര ഞാറ്റുവേലയാണ്.

കുമാരൻ സാറിന്റെ ഡിഗ്രി ക്ലാസ് ഓർമ്മയിൽ വന്നു. പോർച്ചുഗീസുകാർ കുരുമുളകിനൊപ്പം കുരുമുളകുവള്ളിയും കൊണ്ടു പോകുന്നുവെന്ന് അന്നത്തെ സാമൂതിരി രാജാവിനെ അറിയിച്ചപ്പോൾ, അവർ എത്ര വേണമെങ്കിലും കുരുമുളക് വള്ളികൾ

കൊണ്ടുപൊയ്ക്കോട്ടെ, തിരുവാതിര ഞാറ്റുവേല അവർക്ക് ഒരിക്കലും പോർച്ചുഗലിൽ കൊണ്ടുപോകാനാവില്ലല്ലോന്ന് രാജാവ് പറഞ്ഞുവത്രെ.

ഈ മഴ പ്രകൃതിയുടെ അനുഗ്രഹം. കേരളത്തിന് മാത്രം സ്വന്തം. മഴയെ ഓരോരുത്തരും പലതരത്തിലാണ് നോക്കിക്കാണുന്നത്. അവരവരുടെ മനസ്സും സാഹചര്യവുമനുസരിച്ച് മഴയെ ഭയത്തോടെ കാണുന്നവരുമുണ്ട്. സംഗീതവും പ്രണയവും തോന്നുന്നവരുമുണ്ട്. എനിക്ക് മഴയെ ഒരുപാട് ഇഷ്ടമാണ്. മക്കളോട് പ്രകടിപ്പിക്കാതെ മനസ്സിലൊളിപ്പിച്ചുവെച്ച എന്റെ അമ്മയുടെ സ്നേഹം ഞാൻ മഴയിൽ കണ്ടെത്തിയിട്ടുണ്ട്. കെട്ടിപ്പിടിച്ച് ഒരുമ്മ തന്നതോ ചേർത്തുപിടിച്ചതോ ആ കൈകൊണ്ട് തലയിലും മുഖത്തും തലോടിയതോ എന്റെ ഓർമ്മയിലില്ല. മഴയെ കാണുന്നതും ആ ശബ്ദം കേൾക്കുന്നതും അത് നനയുന്നതിലൂടെയും ആ സ്നേഹം ഞാൻ അനുഭവിച്ചറിയുന്നു. മഴത്തുള്ളി കൈകൊണ്ട് തൊടുന്നതിലൂടെ അമ്മയുടെ വാത്സല്യവും തലോടലുകളുമാണെന്ന് കരുതി ഞാൻ ആസ്വദിക്കുന്നു.

“മോളേ, നീ ഇവിടെ ഇരിക്കുകയാണോ? ഇളയച്ഛൻ അതാ തറവാടിന്റെ വരാന്തയിൽ കസേരയിലിരുന്ന് ചുമരിൽ തല ചായ്ച്ചുറങ്ങുന്നു. നീ ചായ ഒന്ന് കൊണ്ട് കൊടുക്ക്. വയ്യാത്തതുകൊണ്ടാണ്, അല്ലെങ്കിൽ ഇതിനകം പുറത്തുപോയി പത്തു ചായ കുടിക്കേണ്ട സമയം കഴിഞ്ഞിരിക്കുന്നു.”

“ശരിയാ അമ്മ പറഞ്ഞത്. ദുബായിൽനിന്ന് പഠിച്ചതാണ് ഇടയ്ക്കിടെയുള്ള ഈ ചായകുടി ശീലം. ഇപ്പോൾ ആ ഓർമ്മയിൽ ഈ ശീലംകൊണ്ടു നടക്കുന്നു. ഒരു വ്യത്യാസമേയുള്ളൂ അന്ന് സുലൈമാനി ആണ് കുടിച്ചിരുന്നത്. ഇന്ന് പാൽചായ.

ഞാൻ ചായ വാങ്ങി കുടയുമെടുത്ത് തറവാട്ടിലേക്ക് നടന്നു. വരാന്തയുടെ സ്റ്റെപ്പ് കേറുമ്പോൾ എനിക്ക് മനസ്സിലായി, ഇളയച്ഛൻ ഉറങ്ങിയിട്ടില്ല. കണ്ണ് തുറന്നു ചുമരിൽ തല ചായ്ച്ചുവെച്ച് എന്തോ ആലോചിക്കുകയാണ്. വല്ലപ്പോഴുമൊക്കെ ഇങ്ങനെ ഇരിക്കുന്നത് കാണാറുണ്ട്. പക്ഷേ ആ മനസ്സ് കാണാനോ വായിക്കാനോ മനസ്സിലാക്കാനോ വിഷമം. ചോദിച്ചറിയാനോ ആരും ഇന്നേവരെ ശ്രമിച്ചിട്ടില്ല. അത് അറിയണമെന്ന് ആർക്കും ആഗ്രഹവും തോന്നിയിട്ടില്ല. ചിലപ്പോഴൊക്കെ ഇളയച്ഛൻ ഒറ്റയ്ക്കിരുന്ന് ശബ്ദം കുറച്ച് എന്തൊക്കെയോ പറയുന്നത് കാണാറുണ്ട്. അത് ഞങ്ങൾക്കൊരു തമാശയാണ്.

"എന്താ ഇളയച്ഛാ..." എന്ന് ചോദിച്ചാൽ "ഏയ് ഒന്നൂല്ല" എന്ന് മറുപടി പറയും. ഇന്നിപ്പോൾ എന്തായിരിക്കും ഇളയച്ഛൻ ആലോചിച്ചു കാണുക. നഷ്ടപ്പെട്ട ജീവിതമോ? നടക്കാതെ പോയ സ്വപ്നങ്ങളോ? എന്നെ കണ്ടപ്പോൾ ഇളയച്ഛൻ കസേരയിൽ ശരിക്കിരുന്നു. ചായ കൊടുത്തപ്പോൾ ചിരിച്ചുകൊണ്ട് വാങ്ങി, വായിൽ പല്ല് കുറവായതുകൊണ്ട് ചിരിക്കുന്നത് കാണാൻ നല്ല ഭംഗിയാണ്. വലിയമ്മാവൻ എന്നും പറയും, ഇളയച്ഛൻ ചിരിക്കുന്നത് കാണാൻ കുഞ്ഞുമക്കളെപ്പോലെയുണ്ടെന്ന്.

അകത്ത് ടി.വി.യുടെ നല്ല ശബ്ദം. ഇവിടെ എന്ത് സംഭവിച്ചാലും അറിയില്ല. നോക്കിയപ്പോൾ ഹിന്ദി സീരിയലാണ്. നാളെ എന്തോ എക്സാമോ ഇന്റർവ്യൂവോ ഉണ്ട്. വിഷയം സിരിയൽ. അത്ര ശ്രദ്ധയോടെയാണ് അമ്മമ്മ ടി.വി. കാണുന്നത്. ഒരു അവസരം കിട്ടിയാൽ സ്ക്രീനിൽ കയറിയിരിക്കും. അമ്മമ്മ മലയാളം കാണാറില്ല. ഹിന്ദിയും തമിഴും മാത്രമേ കാണൂ. കിച്ചുവാണീ ഭാഷയൊക്കെ അമ്മയെ പഠിപ്പിച്ചത്. സാധാരണയായി ഇളയച്ഛനും ടി.വി. കാണാനിരിക്കാറുണ്ട്. കുറച്ചുനാൾ കേരളത്തിന് പുറത്തായിരുന്നതുകൊണ്ട് ഭാഷയും നല്ല വശമുണ്ട്.

ഈ വീട്ടിൽ ഏറ്റവും കൂടുതൽ ജോലി ചെയ്യുന്നത് ടി.വി.യാണ്. പുലർച്ചെ നാലു മുതൽ രാത്രി 11 വരെ. ഒരിക്കൽ ടിവി പണിമുടക്കിയപ്പോൾ സീരിയലിന്റെ കണ്ടിന്യുവേഷൻ വിടാതിരിക്കാനായി 60 രൂപ ഓട്ടോയ്ക്ക് കൊടുത്ത് മീനാക്ഷി ആന്റിയുടെ വീട്ടിൽ പോയി ടി.വി. കണ്ടയാളാണ് ഇളയച്ഛൻ. ഞങ്ങൾ കുറെ നാൾ അത് പറഞ്ഞ് ചിരിക്കുമായിരുന്നു. ഇന്നിപ്പോൾ എന്താണാവോ ടി.വി. കാണാതെ മാറിയിരിക്കുന്നത്. അത് അറിയണമെന്ന് എനിക്ക് ആഗ്രഹം തോന്നിയില്ല. അതുകൊണ്ട് ചോദിച്ചില്ല.

വരാന്തയിൽ ഞാൻ കസേരയിലിരുന്നു. ഇളയച്ഛൻ സാവകാശം ആസ്വദിച്ചാണ് ചായ കുടിച്ചത്.

ഗ്ലാസ് തിരികെ വാങ്ങുമ്പോൾ ഞാൻ പറഞ്ഞു, "പുറത്ത് നല്ല തണുപ്പും മഴയുമുണ്ട്. വെറുതെ അസുഖം കൂട്ടേണ്ട. അകത്തു പോയിരുന്നോളൂ. ടിവിയുടെ ശബ്ദം ഇഷ്ടമാകുന്നില്ലെങ്കിൽ റൂമിൽ പോയി വാതിൽ അടച്ചോളൂ."

ഇളയച്ഛൻ അതനുസരിച്ച് കസേരയിൽനിന്ന് എഴുന്നേറ്റ് അകത്തേക്ക് നടന്നു. ഞാൻ വീട്ടിലേക്കും. വരാന്തയിൽതന്നെ അമ്മ നിൽപ്പുണ്ടായിരുന്നു. ഞാൻ അടുത്തെത്തിയപ്പോൾ ഗ്ലാസ് വാങ്ങുന്നതിനിടയിൽ എന്നോട് ചോദിച്ചു. "എങ്ങനെയുണ്ട് ഇളയച്ചന്?"

“ഞാൻ അന്വേഷിച്ചില്ല. കാണുമ്പോൾ നല്ല ഭേദമുണ്ട്.”

അമ്മ കിച്ചണിലേക്കും ഞാൻ റൂമിലേക്കും നടന്നു.

ഒരുപാട് വർക്ക് പെൻഡിങ്ങുണ്ട്. നാളെ ഓഫീസിൽ കുറച്ച് മാറ്ററെത്തിക്കണം. ഇനിയും എഴുതി പൂർത്തികരിച്ചിട്ടില്ല. നല്ല വിഷയമാണ് ജയദേവൻ സാർ എന്നെയേൽപ്പിച്ചിട്ടുള്ളത്. മഴ കാരണം പുറത്തുപോയി മുഴുവൻ മെറ്റീരിയലും കളക്ട് ചെയ്യാൻ കഴിഞ്ഞിട്ടില്ല. ചെയറു വലിച്ച് ടേബിളിനെ ഓപ്പോസിറ്റിട്ട് പെന്നും പേപ്പറും കയ്യിലെടുത്തു. ഇന്ന് രാത്രി ഉറങ്ങുന്നതിനു മുമ്പ ഇതുവരെ കളക്ട് ചെയ്ത എല്ലാ മാറ്ററും ഞാനെഴുതി പൂർത്തീകരിക്കും.

രണ്ട്

കോളിംഗ് ബെല്ലിന്റെ ശബ്ദം കേട്ട് ഞാൻ ഉറക്കത്തിൽനിന്നും ഞെട്ടി ഉണർന്നു. സ്ഥലബോധം വരാൻ പിന്നെയും സമയമെടുത്തു. സോഫയിൽ എഴുന്നേറ്റിരുന്ന് ജനലിലൂടെ പുറത്തേക്ക് നോക്കിയപ്പോൾ, വരാന്തയുടെ ഗ്രില്ലിനപ്പുറം ഒരാൾ നിൽക്കുന്നു. മങ്ങിയ വെളിച്ചത്തിലും ഞാനാ ആളിനെ തിരിച്ചറിഞ്ഞു, ചന്ദ്രമ്മാവൻ. എന്റെ ഉള്ളമൊന്നു ഞെട്ടി. സോഫയിൽനിന്നും ഇറങ്ങി ശബ്ദമുണ്ടാക്കാതെ, വാതിൽ തുറന്നു ഗ്രില്ലിനടുത്തേക്ക് നടന്നു.

"എന്താ അമ്മാവാ ഈ സമയത്ത്?"

"മോളേ, ഇളയച്ഛന് ശ്വാസംമുട്ടൽ കൂടി. ഞാനും ശ്രീരാമനും കൂടി ഹോസ്പിറ്റലിൽ കൊണ്ടുപോവുകയാണ്. നീ വേഗം പോയി മോനെ വിളിക്ക്."

ദീപുവിനെ വിളിക്കാൻ പോകുന്നതിനു മുമ്പുതന്നെ പിറകിൽ നിന്നും അമ്മയുടെ ശബ്ദം.

"വേണ്ട ചന്ദ്രാ, മോനെ കൂട്ടണ്ട. അവൻ നല്ല ഉറക്കത്തിലാണ്. പുറത്ത് മഴയും നല്ല തണുപ്പുമുണ്ട്. പോരാത്തതിന് നാട്ടിലെങ്ങും പനിയും. നിങ്ങൾ രണ്ടുപേരും പോയാൽ മതി."

കുറച്ചു സമയം ചന്ദ്രമ്മാവൻ ഒന്നും സംസാരിക്കാതെ അവിടെത്തന്നെ നിന്നു. പിന്നെ തറവാട്ടിലേക്ക് നടന്നു പോയി. പറഞ്ഞത് ശരിയായില്ല എന്ന അർത്ഥത്തിൽ ഞാനമ്മയെ നോക്കി. അമ്മ എന്നോട് പറഞ്ഞു.

"ഇത് ശ്രീരാമന്റെ ബുദ്ധിയാ. ഇളയച്ഛനെ ഹോസ്പിറ്റലിൽ അഡ്മിറ്റ് ചെയ്യും. മോനെ അവിടെയാക്കി ഇവർക്ക് രണ്ടുപേർക്കും തിരിച്ചു വരാനുള്ള പ്ലാനാണ്. ഏതായാലും ഇന്നത് വേണ്ട. ഇനിയവൻ ഇന്ന് ചന്ദ്രനെയാണ് ഹോസ്പിറ്റലിൽ നിർത്തുക."

ഞാനൊന്നും പറഞ്ഞില്ല. ഞങ്ങൾ രണ്ടുപേരും വരാന്തയിലെ കസേരയിലിരുന്നു. ആരുടെയും സഹായം കൂടാതെ, ഇളയച്ഛൻ

അവരോടൊപ്പം കാറിൽ കയറിപ്പോയി. ഞാൻ ചിന്തിച്ചു, ശ്വാസം മുട്ട് അധികം കൂടിയിട്ടില്ലെന്ന് തോന്നുന്നു. ഒറ്റയ്ക്കാണല്ലോ ഇളയച്ഛൻ നടന്നുപോയത്.

അമ്മ എന്നോട് പറഞ്ഞു, "നമ്മളീ തണുപ്പിന് വെറുതെ എന്തിനിവിടെ ഇരിക്കുന്നു. നമുക്ക് പോയുറങ്ങിക്കൂടേ?"

ഞങ്ങൾ അകത്തേക്ക് നടന്നു. ഞാൻ ക്ലോക്കിൽ നോക്കി. ഒരു മണി. ഉറങ്ങാനായി സോഫയിൽ കിടന്നു. പക്ഷേ ഉറക്കം വന്നില്ല. തിരിഞ്ഞും മറിഞ്ഞും കിടന്നു. ഉറക്കം വരാനായി കുറച്ചുസമയം കണ്ണടച്ചു കിടന്നു. എന്നിട്ടും ഉറക്കം വന്നില്ല. ഞാൻ ആലോചിച്ചു, എന്തിന് വെറുതെ സമയം കളയുന്നു. ഏതെങ്കിലും പുസ്തകമെടുത്തു വായിക്കാം.

ഉറക്കത്തിൽ ഞെട്ടുമ്പോഴൊക്കെ ഞങ്ങൾ മൂന്നു മക്കളേയും അമ്മയ്ക്ക് കാണണം. അതുകൊണ്ടാണ് എന്റെ ഉറക്കം ഈ ഹാളിലെ സോഫയിലായത്. ഞാനെഴുന്നേറ്റ് സാവകാശം ശബ്ദമുണ്ടാക്കാതെ, സ്റ്റെയർകെയ്സ് കയറി മുകളിലേക്ക് പോയി. റൂമിലെത്തി ലൈറ്റ് ഇട്ടു. ജനലിലൂടെ പുറത്തേക്ക് നോക്കിയപ്പോൾ നല്ല ഇരുട്ട്. മഴ ചെറുതായി ചാറുന്നുണ്ട്. തറവാടിന്റെ വരാന്തയിൽ ലൈറ്റ് കത്തുന്നു ദൂരെ എവിടെനിന്നോ നായ കുരയ്ക്കുന്നു. ഹൈവേയിലൂടെ വാഹനം പോകുന്ന ശബ്ദം വ്യക്തമായി കേൾക്കാം. എനിക്ക് ഭയം തോന്നി.

വാഷ് റൂമിൽ പോയി ബ്രഷ് ചെയ്തതിനുശേഷം, ടേബിളിന്റെ ഡ്രോയിൽ ഭദ്രമായി വച്ച കീ എടുത്ത്, പുസ്തകം സൂക്ഷിക്കുന്ന ഷെൽഫ് തുറന്നു. എടുക്കാനുള്ള എളുപ്പത്തിനു വേണ്ടി വായിച്ച പുസ്തകങ്ങളും വായിക്കാത്ത പുസ്തകങ്ങളും വേറെ വേറെ ഡിവിഷനായി അടുക്കിവെച്ചിട്ടുണ്ട്. വായനാദിനത്തോടനുബന്ധിച്ച് ടൗൺ ഹാളിൽ നടന്ന പുസ്തക പ്രദർശനത്തിൽനിന്നും ആഗ്രഹിച്ച കുറേ പുസ്തകങ്ങൾ വാങ്ങിയിരുന്നു.

എനിക്ക് പുസ്തകങ്ങൾ ഒരുപാടിഷ്ടമാണ്. ഈ റൂം മുഴുവൻ പുസ്തകങ്ങൾകൊണ്ട് നിറയണം. അതാണെന്റെ ആഗ്രഹം. അതുകൊണ്ട് സാധാരണയായി മറ്റേതെങ്കിലും വഴിക്ക് പുസ്തകം വായിച്ചാലും അതിന്റെയൊക്കെ കോപ്പി വാങ്ങി സൂക്ഷിക്കുന്ന ശീലം എനിക്കുണ്ട്. ഒരു പുസ്തകം കയ്യിലെടുത്തു ഷെൽഫ് പൂട്ടുമ്പോൾ പുറത്ത് വാഹനത്തിന്റെ ശബ്ദം കേട്ടു. നേരെ ജനലിനടുത്തേക്ക് നടന്നു.

അമ്മ പറഞ്ഞതെത്ര കൃത്യമാണ്. ഇളയച്ഛനെ അഡ്മിറ്റ് ചെയ്തിരിക്കുന്നു ശ്രീരാമമ്മാവൻ മാത്രം തിരിച്ചുവന്നിരിക്കുന്നു. ഇനി ഇന്ന്

രാവിലെ മുതൽ തുടങ്ങും വഴക്കും ബഹളവും. ആർക്കും ഒരു ഉത്തര വാദിത്തവും ഏറ്റെടുക്കാനാവില്ല. എല്ലാം വല്യമ്മാവന്റെ തല യിലിടും. കൂടപ്പിറപ്പിനു വേണ്ടി ഒരുപാട് സാക്രിഫൈസ് ചെയ്ത ആളാണ് അമ്മാവൻ. എന്നിട്ടും ആർക്കും ഒരു സംതൃപ്തിയും ഇല്ല. ഇവർ ഏഴുപേർക്കും പുറത്തു കാണുന്ന സ്നേഹം മാത്രമേയുള്ളൂ. ഉള്ളിൽ ഒരു മാനസികൈക്യവുമില്ല. ഇവർ രണ്ടമ്മയുടെ മക്കളാ യതുകൊണ്ടാണോ ഒരു യോജിപ്പുമില്ലാതായിപ്പോയത്?

അമ്മാവൻ വരാന്തയിലെ ലൈറ്റ് ഓഫ് ചെയ്തു. ഞാൻ കുറച്ചു സമയം കൂടി ആ ഇരുട്ടിൽ നോക്കി നിന്നു. പിന്നെ പുസ്തകവു മെടുത്ത് കസേരയിൽ വന്നിരുന്നു. പുതിയ പുസ്തകത്തിന്റെ ഗന്ധം എനിക്ക് ഒരുപാടിഷ്ടമാണ്. പുസ്തകത്തെ കൈകൊണ്ട് സാവ കാശം തടവി. അതിന്റെ കവർ പേജിൽ നോക്കി. 'കഴിഞ്ഞ കാലം'. കെ.പി. കേശവമേനോൻ ഒരുപാട് നാളുകളായി ഈ പുസ്തകം വായിക്കണമെന്ന ആഗ്രഹവുമായി നടക്കുന്നു. ഇതിന്റെ കോപ്പി അവൈലബിൾ അല്ലാത്തതുകൊണ്ടല്ല. ഇപ്പോഴാണ് ഇതിനുള്ള സമയം ഒത്തുവന്നത്.

ഞാൻ പുസ്തകം ആർക്കും കൊടുക്കില്ല. എന്റെ പുസ്തകം മറ്റുള്ളവർ തൊടുന്നതോ കാണുന്നതോ എനിക്കിഷ്ടമല്ല. അതു കൊണ്ടാണ് ഞാൻ മുകളിലെ റൂം സെലക്ട് ചെയ്തത്. പുസ്തകം എനിക്ക് കുഞ്ഞുങ്ങളെപ്പോലെയാണ്. അതുകൊണ്ട് അവയെ കൈ കാര്യം ചെയ്യുന്നതും അങ്ങനെത്തന്നെ. സാവകാശം പേജുകൾ മറിച്ചു. അതിലെ അക്ഷരങ്ങളിലേക്ക് കണ്ണോടിച്ചു. പക്ഷേ മനസ്സ് കൂടെ വന്നില്ല. മനസ്സും കണ്ണും ഒരേ ശ്രദ്ധയിൽ പുസ്തകം വായി ച്ചാൽ മാത്രമേ വായന സുഖം കിട്ടുകയുള്ളൂ. ഞാൻ പുസ്തകം അടച്ച് ടേബിളിന്റെ മുകളിൽ വച്ചു. എന്റെ മനസ്സ് കഴിഞ്ഞ നാളു കളിലേക്ക് പൊയ്ക്കൊണ്ടിരിക്കുകയാണ്.

ഇത് മൂന്നാം തവണയാണ് ശ്വാസംമുട്ടൽ കാരണം ഇളയച്ഛനെ ഹോസ്പിറ്റലിൽ അഡ്മിറ്റ് ചെയ്യുന്നത്. ആദ്യത്തെ പ്രാവശ്യം എല്ലാ വരും നന്നായി ശ്രദ്ധിച്ചു. ഞാനാണ് പകൽ മുഴുവനും ബൈസ്റ്റാൻ ഡറായി ഹോസ്പിറ്റലിൽ നിന്നത്. രാത്രിയിൽ ദീപുവും. എല്ലാവരും സമയം കണ്ടെത്തിയും കാര്യങ്ങൾ മാറ്റിവെച്ചും ഹോസ്പിറ്റൽ സന്ദർ ശിച്ചു. ഏകദേശം 80 കിലോമീറ്റർ ദൂരത്തിൽനിന്നും ശ്രീദേവി ആന്റിയും അങ്കിളും മിക്ക ദിവസങ്ങളിലും ഹോസ്പിറ്റലിൽ വന്നു. ഇഷ്ടപ്പെട്ട ഭക്ഷണം വീട്ടിൽ നിന്ന് ഉണ്ടാക്കി കൊണ്ടുകൊടുക്കു കയും അതിനുപുറമേ അവിടെ നിന്നും വാങ്ങി കൊടുക്കുകയും ചെയ്തു.

വല്യമ്മാവനും ചന്ദ്രമ്മാവനും ജോലി കഴിഞ്ഞുള്ള എല്ലാ സമയവും ഹോസ്പിറ്റലിൽ തന്നെയായിരുന്നു. അമ്മായിമാരും അച്ഛനും അമ്മയും മിക്ക സമയവും അവിടെത്തന്നെ ചിലവഴിച്ചു. എല്ലാവരുടെയും പരിചരണത്തിൽ ഇളയച്ഛൻ സംതൃപ്തനായിരുന്നു. പക്ഷേ ആ മനസ്സിൽ ഒരു സങ്കടം ബാക്കി നിന്നു. ഇവർ ഏഴുപേരിൽ ജയകൃഷ്ണമ്മാവനെയും ഗായത്രി ആന്റിയേയും ആണ് ഇളയച്ഛൻ ഏറ്റവും കൂടുതൽ സ്നേഹിച്ചത്. കുഞ്ഞുനാളിൽ തോന്നിയ സ്നേഹവും അടുപ്പവും വലുതായപ്പോൾ ജയകൃഷ്ണ അമ്മാവന് ഇളയച്ഛനോടില്ലാതായി. അത് ഇളയച്ഛനുമറിയാം. അതുകൊണ്ടു തന്നെ അമ്മാവനിൽനിന്നും ഇളയച്ഛൻ ഒന്നും പ്രതീക്ഷിച്ചില്ല. എന്നിട്ടും ചോദിച്ചു, "കൃഷ്ണൻ ഗംഗയെ വിളിച്ചിരുന്നുവോ, എന്റെ കാര്യം പറഞ്ഞിരുന്നോ?"

ഇതുവരെ വിളിച്ചിട്ടില്ല എന്നറിയിച്ചപ്പോൾ, ഇളയച്ഛൻ നിശ്ശബ്ദനായി. എന്നാൽ ഗായത്രി ആന്റി വന്നു കാണാത്തതിൽ ഇളയച്ഛന് നല്ല വിഷമമുണ്ടായിരുന്നു. അമ്മമ്മയ്ക്ക് ബൈസ്റ്റാൻഡറായി ആന്റി മെഡിക്കൽ കോളേജിലാണെന്ന് പറഞ്ഞ് ഞാൻ സമാധാനിപ്പിച്ചു. അമ്മമ്മ ഡിസ്ചാർജ് ചെയ്ത് വന്നതിനുശേഷവും കുറേ ദിവസം ഇളയച്ഛൻ ഹോസ്പിറ്റലിലുണ്ടായിരുന്നു. പക്ഷേ എന്തുകൊണ്ടെന്നറിയില്ല, ഗായത്രി ആന്റി ഇളയച്ഛനെ കാണാൻ ഹോസ്പിറ്റലിൽ പോയില്ല.

ആരുടെയും സഹായം സ്വീകരിക്കാതെ എല്ലാ ഉത്തരവാദിത്തവും വല്യമ്മാവൻ ഒറ്റയ്ക്കേറ്റെടുത്തു. മെഡിക്കൽ എക്സ്പെൻസ് കംപ്ലീറ്റ് അമ്മാവൻ ചെയ്തു. ഡിസ്ചാർജ് ആയി വന്നു കുറച്ചു ദിവസം കഴിഞ്ഞപ്പോൾ ഇളയച്ഛൻ പഴയതുപോലെയായി. കഴിഞ്ഞ വർഷം ഇതേസമയത്താണ് ഇളയച്ഛനെ ശ്വാസംമുട്ടലായി വീണ്ടും ഹോസ്പിറ്റലിൽ അഡ്മിറ്റ് ചെയ്തത്. ഇത്തവണ സമയമുള്ളവർ മാത്രം പോയി. കോളേജിൽ പ്രോജക്ട് വർക്ക് ചെയ്യുന്നതിന്റെ തിരക്ക് കാരണം എനിക്ക് പോകാൻ കഴിഞ്ഞില്ല. വലിയമ്മാവൻ രാവിലെയും വൈകുന്നേരവും ഹോസ്പിറ്റലിൽ ചെന്ന് കുറച്ചു സമയം ചിലവഴിക്കും. ദീപു തന്നെയാണ് രാത്രിയിൽ ബൈസ്റ്റാൻഡറായി നിന്നത്. ഭക്ഷണം എല്ലാ സമയത്തും ആരെങ്കിലും കൃത്യമായി എത്തിക്കും.

പകൽ മിക്ക സമയവും ഇളയച്ഛൻ ഹോസ്പിറ്റലിൽ ഒറ്റയ്ക്കായിരുന്നു. ഇളയച്ഛന് ആദ്യം സങ്കടവും പിന്നീട് ദേഷ്യവും ആയി മാറി. എന്നും രാത്രി ദീപുവുമായി വഴക്കിടും. അവൻ അമ്മയോട് വന്നു പരാതി പറയും.

"സാരമില്ല വയസ്സായ ആളല്ലേ, മോൻ ക്ഷമിക്ക്" എന്ന് പറഞ്ഞ് അമ്മ സമാധാനിപ്പിക്കും. ഗായത്രി ആന്റി കൂടെ നിൽക്കണം, അതാണ് ഇളയച്ഛന്റെ ആഗ്രഹം. ഒരു രാത്രിയിൽ ദീപുവിനെ ഇളയച്ഛൻ റൂമിൽനിന്നും പുറത്താക്കി. അന്നവൻ ഹോസ്പിറ്റലിന്റെ വരാന്തയിൽ സമയം ചിലവഴിച്ചു. പിറ്റേദിവസം മുതൽ ദീപു ഹോസ്പിറ്റലിൽ പോയില്ല. ശ്രീരാമമ്മാവൻ രാത്രിയിൽ ഭക്ഷണം കൊണ്ടു കൊടുക്കും. അടുത്ത റൂമിലെ ആളിനെ ഏൽപ്പിച്ച് തിരിച്ചു വരും. അങ്ങനെ ഇളയച്ഛൻ രാത്രി മുഴുവനും ഒറ്റയ്ക്കായി.

അമ്മ ഗായത്രി ആന്റിയെ വിളിച്ച് ഇവിടെ നടന്ന കാര്യങ്ങളൊക്കെ അറിയിച്ചു. നീ പോയി കൂടെ നിൽക്കണമെന്ന് പറഞ്ഞു. ആന്റി ഒന്നു മൂളി. അതിന്റെ അർത്ഥം ഞാൻ പോയി നിൽക്കാം എന്നല്ല. എനിക്ക് വേറെ ജോലി ഒന്നും ഇല്ലല്ലോ ഹോസ്പിറ്റലിൽ പോയി നിൽക്കാൻ.

അമ്മ പറഞ്ഞതുകൊണ്ടാവണം ആന്റി ഒന്ന് പോയി കണ്ടു വന്നു. അന്ന് വൈകിയാണ് ഞാൻ കോളേജ് വിട്ടു വന്നത്. പതിവു പോലെ എനിക്ക് കുടിക്കാനുള്ള ഒരു ഗ്ലാസ് വെള്ളവും കയ്യിൽ പിടിച്ച് എന്നെ നോക്കി അമ്മ വരാന്തയിൽ ഇരിക്കുന്നുണ്ടായിരുന്നു. വെള്ളം എന്റെ കയ്യിൽ തരുന്നതിനിടയിൽ അമ്മ പറഞ്ഞു. "ഇളയച്ഛൻ ഡിസ്ചാർജ് ആയി വന്നു."

ഞാൻ ആകാംക്ഷയോടെ ചോദിച്ചു, "ആരാ ബില്ലടച്ചത്?"

"ആര്, ഇളയച്ഛൻതന്നെ." അമ്മ പറഞ്ഞു.

ഗ്ലാസ് കയ്യിൽ കൊടുക്കുന്നതിനിടയിൽ അമ്മയോട് പറഞ്ഞു, "ഹോസ്പിറ്റലിലോ ഞാൻ പോയി കണ്ടില്ല. തറവാട്ടിലെങ്കിലും ഒന്നു പോയി കാണട്ടെ. ഈ ബാഗ് റൂമിൽ വെച്ചിട്ട് പോകാം."

തറവാട്ടിലേക്ക് പോകാനായി സ്റ്റെയർകെയ്സ് ഇറങ്ങുമ്പോൾ വരാന്തയിൽ ഇളയച്ഛൻ നിൽക്കുന്നു.

'ഞാൻ അങ്ങോട്ട് കാണാൻ വരാനിരിക്കുകയായിരുന്നു ഇളയച്ഛാ."

"നിന്നോട് എന്തോ പറയാനുണ്ട്. ഇളയച്ഛൻ അതാണ് ഇങ്ങോട്ട് വന്നത്." അമ്മ പറഞ്ഞു.

എന്താണെന്നുള്ള അർത്ഥത്തിൽ ഞാൻ നോക്കിയപ്പോൾ ഇളയച്ഛൻ എന്നോട് പറഞ്ഞു, "ഗായത്രി ഹോസ്പിറ്റലിൽ വന്നപ്പോൾ എനിക്ക് കുറച്ചു പൈസ തന്നിരുന്നു. ശ്രീരാമനെന്നെ ഒരുപാട് വഴക്ക് പറഞ്ഞു. ആ പൈസ അവൻ വാങ്ങി."

ഇത് എന്തുപറ്റിയെന്ന് അർത്ഥത്തിൽ ഞാൻ അതിശയത്തോടെ ഇളയച്ഛനെ നോക്കി.

“അതെ, ഗായത്രി എനിക്ക് തന്ന പൈസ വഴക്ക് പറഞ്ഞ് ശ്രീരാമൻ എന്റെ കയ്യിൽനിന്നും വാങ്ങി.”

ഞാൻ അമ്മയെ നോക്കി. ശരിയാണന്നർത്ഥത്തിൽ അമ്മ തലയാട്ടി.

“ഇളയച്ഛൻ ഇവിടെയിരിക്ക്. അമ്മാവൻ പൈസ വാങ്ങിയത് ആന്റിയുടെ അറിവോടെ ആയിരിക്കില്ല. ഞാൻ ഫോൺ ചെയ്ത് ആന്റിയെ കാര്യങ്ങളറിയിക്കാം.”

ഞാൻ ഫോണിനടുത്തേക്ക് നടന്ന് ചെന്ന് നമ്പർ ഡയൽ ചെയ്തു. ഭാഗ്യത്തിന് ഫോൺ എടുത്തത് ആന്റി തന്നെയായിരുന്നു. ഞാൻ പറഞ്ഞു, “ആന്റീ, ഇളയച്ഛൻ ഇവിടെ വിഷമിച്ചിരിക്കുന്നു, ആന്റി കൊടുത്ത പൈസ ശ്രീരാമമ്മാവൻ തിരിച്ചു വാങ്ങി.”

“അതെനിക്കറിയാം.”

ആന്റിയുടെ മറുപടി കേട്ടപ്പോൾ ഞാൻ ഞെട്ടിപ്പോയി.

ഞാൻ വീണ്ടും പറഞ്ഞു. “ഞാൻ പറഞ്ഞത് ആന്റി കേട്ടില്ലേ, മനസ്സിലായില്ലേ?”

“ശ്രീരാമൻ എന്നെ അറിയിച്ചതിനുശേഷമാണ് ഇളയച്ഛന്റെ കയ്യിൽ നിന്നും ആ പൈസ വാങ്ങിച്ചത്. അതെനിക്കറിയാം.”

ആന്റി ഉറച്ച സ്വരത്തിൽ പറഞ്ഞു. എനിക്ക് സങ്കടവും ദേഷ്യവും ഒരുപോലെ വന്നു.

“സോറി ആന്റീ, നിങ്ങൾ ചേച്ചിയും അനിയനും തമ്മിലുള്ള അഡ്ജസ്റ്റ്മെന്റ് ഞങ്ങൾക്കറിയില്ലായിരുന്നു. അതുകൊണ്ട് പറഞ്ഞതാ. സോറി.”

ഞാൻ ഫോൺ കട്ട് ചെയ്ത് പ്രതീക്ഷയോടെ എന്നെ നോക്കിയിരിക്കുന്ന ഇളയച്ഛനോട് പറഞ്ഞു, “ആന്റിയുടെ അറിവോടുകൂടി തന്നെയാണ് അമ്മാവൻ പൈസ വാങ്ങിയത്. അത് ആന്റി എന്നോട് പറഞ്ഞു.”

ഇളയച്ഛന്റെ മുഖം മങ്ങി. തല താണു. സാവകാശം കസേരയിൽനിന്ന് എഴുന്നേറ്റ് ചെരിപ്പിട്ട് തറവാട്ടിലേക്ക് പോകാനിറങ്ങുമ്പോൾ, ഇളയച്ഛന്റെ വിഷമം കണ്ടിട്ടാവണം അമ്മ പറഞ്ഞു, “സാരമില്ല ഇളയച്ഛാ. സമാധാനിക്ക്. അടുത്തമാസം പെൻഷൻ കിട്ടിയാൽ ആ പൈസ ഞാൻ തരാം.”

അമ്മയുടെ ആ വാക്കുകൾ ഇളയച്ഛന് ആശ്വാസമായിക്കാണണം. ആ മുഖത്ത് ഒരു പുഞ്ചിരി വിടർന്നു. അച്ഛന് പെൻഷൻ കിട്ടാൻ

കാത്തു നിൽക്കേണ്ടി വന്നില്ല. കാര്യങ്ങളൊക്കെ അറിഞ്ഞപ്പോൾ വല്യമ്മാവന് സങ്കടമായി. ആ പൈസ ഇളയച്ഛന് വല്യമ്മാവൻ കൊടുത്തു.

ഇനി ഇത്തവണ എന്താണാവോ സംഭവിക്കാൻ പോകുന്നത്. കയ്യിൽ പൈസ ഉണ്ട്. രണ്ട് ബാങ്കിൽ അക്കൗണ്ട് ഉണ്ട്. ഒന്നിന് ഗായത്രി ആന്റിയും മറ്റേതിന് കിച്ചുവുമാണ് നോമിനി. പെട്ടിയിലും നല്ലൊരു തുക ഇളയച്ഛൻ സൂക്ഷിക്കുന്നുണ്ട്. ചോദിച്ചാൽ അമ്മയ്ക്കും മീനാക്ഷി ആന്റിക്കും മാത്രമേ ഇളയച്ഛൻ കടം കൊടുക്കുകയുള്ളൂ. ഞാൻ ചോദിച്ചാലും തരും. പക്ഷേ അമ്മയെ അറിയിച്ച് അമ്മ ഗ്യാരണ്ടി നിൽക്കണം. ഇളയച്ഛൻ എന്നും പറയും, "ഞാൻ ഗംഗയ്ക്കും മീനാക്ഷിക്കുട്ടിക്കും മാത്രമേ കടം കൊടുക്കൂ. മറ്റാരും എനിക്ക് പറഞ്ഞ സമയത്തിന് തിരിച്ചു തരില്ല."

പുറമേനിന്ന് നോക്കുന്നവർക്ക് ഇവർ ഏഴ് പേരുടെയും സ്നേഹം മഴവില്ലുപോലെയാണ്. ഭംഗിയുള്ള സപ്തവർണ്ണങ്ങൾ.

മൂന്ന്

താഴെ നിന്നും അമ്മ സംസാരിക്കുന്ന ശബ്ദം കേട്ടാണ് ഞാൻ ചിന്തയിൽ നിന്നുമുണർന്നത്. ക്ലോക്കിൽ സമയം നോക്കി, മൂന്നേ മുക്കാൽ. ആലോചിച്ചിരുന്നപ്പോൾ സമയം കടന്നുപോയതറിഞ്ഞില്ല. ഇളയച്ഛന്റെ ആബ്സെൻസിൽ എനിക്ക് കുറച്ച് ഉത്തരവാദിത്ത ങ്ങളുണ്ട്. അതിൽ ഒന്നാമത്തേത് സൊസൈറ്റിയിൽ പോയി പാൽ വാങ്ങിക്കൊണ്ടു വരുന്നതാണ്. ഞാൻ കസേരയിൽ നിന്നും എഴു ന്നേറ്റു. ഹീറ്റർ ഓൺ ചെയ്യാൻ മറന്നു പോയി. ഇപ്പോൾതന്നെ അല്പം വൈകി. ഇനിയിന്ന് തണുത്ത വെള്ളത്തിൽ കുളിക്കാം. വാഷ് റൂമിൽ പോയി, വെള്ളത്തിന് നല്ല തണുപ്പ് ഒരുവിധത്തിൽ കുളിച്ചൊപ്പിച്ചു.

റെഡിയാവാൻ അഞ്ച് മിനിറ്റ് മതി. വാട്റോബിൽനിന്ന് കയ്യിൽ കിട്ടിയ ഒരു ചുരിദാറെടുത്തു, പ്രോപ്പറായി ഡ്രസ്സ് ചെയ്യണം. പക്ഷേ അതിന് ഭംഗി വേണമെന്നെനിക്ക് നിർബന്ധമില്ല. രാവിലെ ഒരു ഡ്രസ്സിട്ടാൽ അന്ന് രാത്രിവരെ എവിടെ പോകുന്നുണ്ടെങ്കിലും എന്റെ ഡ്രസ് അതുതന്നെയായിരിക്കും. അതിന് പരാതി കേൾക്കാറുണ്ട്. ചിലപ്പോൾ വഴക്കും കിട്ടാറുണ്ട്. എനിക്കിത്ര മാത്രമേ പറയാനുള്ളൂ, “ഒരു വ്യക്തിയെ വിലയിരുത്തുന്നത് ധരിക്കുന്ന വസ്ത്രം നോക്കിയല്ല, ചെയ്യുന്ന പ്രവർത്തി നോക്കിയാണ്.”

അതിരാവിലെ ഇംഗ്ലീഷ് ബസാറിൽ പോകാൻ എനിക്ക് ഭയ മില്ല. പക്ഷേ ഒരേസമയം മൂന്നു പാത്രത്തിൽ പാല് തൂക്കി പിടിച്ചു കൊണ്ടുവരാൻ എനിക്ക് കഴിയില്ല. ഇളയച്ഛൻ ഒറ്റയ്ക്ക് ചെയ്തു കൊണ്ടിരുന്ന ജോലിയാണ്. പക്ഷേ എന്നെക്കൊണ്ട് അത് പറ്റില്ല. അതുകൊണ്ട് കണ്ണനെ കൂടെ കൂട്ടണം. ഫോണിൽ വിളിക്കാൻ പറ്റില്ല. രാവിലെയുള്ള ഫോണിന്റെ ശബ്ദം ആദ്യമുണ്ടാക്കുക ഭയമാണ്. അമ്മാവന്റെ വീട്ടിൽ പോയിത്തന്നെ വിളിക്കാം.

റൂമിലെ ലൈറ്റ് ഓഫ് ചെയ്ത് സ്റ്റെയർകെയ്സിറങ്ങി ഹാളിലെത്തി. പൂജാമുറിയിൽ അച്ഛൻ സഹസ്രനാമം ജപിച്ചുകൊണ്ടിരിക്കുന്നു. അമ്മ നാമം ജപിച്ചുകൊണ്ട് അടുക്കളയിൽ രാവിലത്തെ തിരക്കിലാണ്. എന്നെ കണ്ടപ്പോൾ അമ്മ നോക്കി. പോകുന്നു എന്നുള്ളർത്ഥത്തിൽ കൈകൊണ്ട് ആക്ഷൻ കാണിച്ച്, മുൻവശത്തെ വരാന്തയിലേക്ക് നടന്നു. പുറത്ത് മഴയില്ല. ചെരിപ്പിട്ടു. കുട കയ്യിൽ കരുതുന്നത് നല്ലതാണ്. പോകുന്ന വഴി മുഴുവൻ ചിലന്തിവലയായിരിക്കും. അതുകൊണ്ട് കുട തുറന്നു പിടിച്ചാൽ ഒരു രക്ഷയായിരിക്കും.

അമ്മാവന്റെ വീട് ലക്ഷ്യമാക്കി പറമ്പിലേക്ക് നടന്നു. തറവാട്ടിലും പറമ്പിലെ വീട്ടിലും നിറയെ ലൈറ്റ് കത്തുന്നു. വെറുതെയല്ല കെഎസ്ഇബി നഷ്ടത്തിലാണെന്ന് പറയുന്നത്. ഇലക്ട്രിസിറ്റിയും ഫുഡ്ഡും വെള്ളവും പാഴാക്കിക്കളയാനുള്ള റൈറ്റ് നമുക്കില്ല. പക്ഷേ അതൊന്നും ചിന്തിച്ച് ആരും പ്രവർത്തിക്കാറില്ല. വളരെ ദൂരത്തു നിന്നുതന്നെ ഹാളിലിരിക്കുന്ന അപ്പുവിനെ എനിക്ക് ജനലിലൂടെ കാണാം. അവനും എന്നെ കണ്ടുകാണും. മുറ്റത്തെത്തുമ്പോഴേക്കും അമ്മായി വരാന്തയിൽ എന്നെ കാത്തുനിൽക്കുന്നു.

“എന്താ മോളേ ഇത്ര രാവിലെ?”

“ഇളയച്ഛൻ ഹോസ്പിറ്റലിലായി അമ്മായീ. ഇനി ഇന്നു മുതൽ എനിക്കാണ് ഇൻചാർജ്. കണ്ണനെവിടെ?”

“അറിഞ്ഞില്ലല്ലോ മോളെ?”

“ഞാൻ റെഡിയാ ചേച്ചീ.”

കണ്ണൻ എന്റെ അടുത്തേക്ക് വന്നു.

“ഇന്നലെ രാത്രിയിലയിരുന്നു അമ്മായീ ഇളയച്ഛനെ അഡ്മിറ്റ് ചെയ്തത്. ഇന്നിപ്പോൾ രാവിലെ ആയിവരുന്നതല്ലേയുള്ളൂ. എന്തായാലും അമ്മാവനെ അറിയിക്കും. ഇത്തവണ ബില്ലടയ്ക്കേണ്ടത് അമ്മാവൻ തന്നെയായിരിക്കും.”

അമ്മായി ചിരിച്ചു.

“വാ ചേച്ചീ. നമുക്ക് പോകാം. സംസാരമൊക്കെ വന്നിട്ടാവാം.” കണ്ണൻ തിരക്കുകൂട്ടി.

“ഇവന് നിന്റെ കൂടെ വരാൻ എന്തൊരുത്സാഹമാണ്. ഞങ്ങളൊന്നും വിളിച്ചാൽ ഇവൻ വരില്ല.” അമ്മായി പറഞ്ഞു.

ഞാൻ ചിരിച്ചു. കണ്ണൻ ഒരു കള്ളച്ചിരിയും.

“ഇങ്ങനെ സംഭവിക്കുമെന്നറിയില്ലല്ലോ അമ്മായീ. പാത്രങ്ങളൊക്കെ തറവാട്ടിലല്ലേ ഞാനവിടെ നിന്നുമെടുത്തോളാം.”

ഞാനും കണ്ണനും തറവാട്ടിലേക്ക് നടന്നു. തറവാടിന്റെ മുറ്റത്തെത്തുമ്പോഴേക്കും കിച്ചുവും അമ്മിണിയും പാത്രങ്ങളും കൈയിൽ പിടിച്ച് വരാന്തയിൽ റെഡിയായി നിൽക്കുന്നു. അവരുടെ കയ്യിൽ നിന്നും അവ വാങ്ങി ഞങ്ങൾ ബസാറിലേക്ക് നടന്നു. റോഡിലെങ്ങും നല്ല വെളിച്ചം. കുറച്ചുനാളുകൾക്ക് മുമ്പാണ് സ്ട്രീറ്റ് ലൈറ്റ് ബൾബ് മാറ്റി ട്യൂബ് ലൈറ്റാക്കിയത്. അതുകൊണ്ട് റോഡ് കാണുമ്പോൾ മംഗലപ്പുര പോലെയുണ്ട്. തണുപ്പായതുകൊണ്ടായിരിക്കണം മോണിംഗ് വാക്കിന് പോകുന്നവർ നന്നേ കുറവ്. കാണുന്നവരോടൊക്കെ ഞാനും കണ്ണനും ഗുഡ്മോണിങ് പറഞ്ഞ് മുന്നോട്ട് നടന്നു.

ബസാറിലെ ഭൂരിപക്ഷം കടകളും അതിരാവിലെത്തന്നെ തുറക്കും. അതുകൊണ്ട് അവിടെയൊക്കെ നല്ല പ്രകാശമാണ്. വളരെ ദൂരത്തു നിന്നുതന്നെ ലൈബ്രറിയുടെ ലൈറ്റ് വ്യക്തമായി കാണാം. 'രാജീവേട്ടനെക്കൊണ്ട് പാർവതി ടീച്ചർക്കുള്ള ഏക സഹായം രാവിലെയും രാത്രിയിലും ലൈബ്രറിയിൽ വന്നിരിക്കുന്നതാണ്. അല്ലാതെ ഇയാളെക്കൊണ്ട് ടീച്ചറിന് മറ്റോരു പ്രയോജനവുമില്ല.' ഞാൻ വിചാരിച്ചു.

"ചേച്ചീ, ഈ ലൈബ്രറിയിലെ ഏട്ടൻ വീട്ടിലൊന്നും പോകാറില്ലേ? രാവിലെയും രാത്രിയിലും ഇവിടെ കാണാം."

കണ്ണന്റെ ചോദ്യം കേട്ടപ്പോൾ എനിക്ക് ചിരി വന്നു. പക്ഷേ ഞാൻ ചിരിച്ചില്ല.

"കണ്ണാ, ലൈബ്രറിയുടെ ടൈമിംഗ് തന്നെ അങ്ങനെയാണ്. രാവിലെ 5 മണി മുതൽ രാത്രി 11 മണി വരെ. പാർവതി ടീച്ചറിന്റെ അച്ഛന്റെ വലിയമ്മാവൻ നല്ല ഉദ്ദേശ്യത്തോടെ സ്ഥാപിച്ചതാണ് ഈ ലൈബ്രറിയും ഇവിടത്തെ സ്കൂളും. പക്ഷേ ഇതിന്റെ പിറകിലെ ചരിത്രപരമായ കഥ അധികമാളുകൾക്കൊന്നും ഇപ്പോഴറിയില്ല. ചേച്ചി കണ്ണന് കുറച്ച് കാര്യങ്ങൾ പറഞ്ഞു തരാം. ആളുകൾ അധികമൊന്നുമറിയാത്ത നമ്മുടെ നാടിന്റെ വിശേഷങ്ങളും അടയാളങ്ങളും.

ഗോവിന്ദൻ മാഷ് മദ്രാസിൽ പോയി ഉന്നത വിദ്യാഭ്യാസം കരസ്ഥമാക്കിയ ആളാണ്. ബ്രിട്ടീഷ് ഗവൺമെന്റിന്റെ കീഴിൽ നല്ലൊരു ജോലിയുമുണ്ടായിരുന്നു. അന്ന് നമ്മുടെ നാട്ടിലെ ഭൂരിപക്ഷം ആളുകൾക്കും പഠിക്കാനുള്ള സൗകര്യമുണ്ടായിരുന്നില്ല. പഠിക്കുന്നവരാകട്ടെ, സംസ്കൃതവും. വേദവും ഉപനിഷത്തും പഠിക്കുന്നതിലൂടെ മനുഷ്യന് ആത്മീയമായി ഉയരാൻ കഴിയും. പക്ഷേ അതും എത്ര പേർക്ക് സാധിക്കും? ഭൗതികമായും സാമൂഹികമായും മനുഷ്യൻ ഉയരണമെങ്കിൽ മറ്റെന്തെങ്കിലും വിദ്യ അഭ്യസിച്ചാൽ മാത്രമേ സാധിക്കുകയുള്ളൂ എന്നാണ് മാഷിന്റെ അഭിപ്രായം. പാശ്ചാത്യ

വിദ്യാഭ്യാസത്തിലൂടെ മനുഷ്യന് പുരോഗമിക്കാനും ഉയരങ്ങളിൽ എത്താനും കഴിയുമെന്ന്.

അങ്ങനെ എല്ലാവർക്കും വിദ്യാഭ്യാസം എന്ന ലക്ഷ്യത്തോടെ ഇന്ത്യയിൽ ഇംഗ്ലീഷ് വിദ്യാഭ്യാസം നടപ്പിലാക്കിയ ബ്രിട്ടീഷ് റൂളറായ വില്യം ബെന്റിക്ക് പ്രഭുവിന്റെ പേരിൽ മാഷ് നമ്മുടെ നാട്ടിലൊരു സ്കൂൾ സ്ഥാപിച്ചു. അങ്ങനെയാണ് നമ്മുടെ ഈ സ്കൂളിന്റെ പേര് വില്യം ബെന്റിക്ക് സ്കൂൾ എന്നായത്. ഇംഗ്ലീഷും മലയാളവും താല്പര്യമുള്ളവർക്ക് സംസ്കൃതവും പഠിക്കാനുള്ള സൗകര്യം മാഷ് ഇവിടെയൊരുക്കി.

സർക്കാർ ജോലി ഉപേക്ഷിച്ച് ഗോവിന്ദൻ മാഷ് ഇവിടത്തെ അധ്യാപകനായി. ഒരു വ്യക്തി മാതാവിന് എത്രത്തോളം പ്രാധാന്യം കൊടുക്കുന്നുവോ അതേ പ്രാധാന്യം മാതൃഭാഷയ്ക്കും കൊടുക്കണമെന്ന് മാഷ് എപ്പോഴും പറയുമായിരുന്നു. മലയാളവും സംസ്കൃതവും പഠിപ്പിക്കാനുള്ള അധ്യാപകരെ ഇവിടെ നിന്നുതന്നെ കണ്ടെത്തി. ഇംഗ്ലീഷ് പഠിപ്പിക്കാനുള്ള അധ്യാപകരെ ദൂരെ സ്ഥലങ്ങളിൽനിന്നും കൊണ്ടുവന്നു.

നമ്മുടെ ബസാർ അന്ന് വിജനമായ ഒരു സ്ഥലമായിരുന്നു. കാൽനടയാത്രക്കാർക്കും അവിടെ മേഞ്ഞു നടക്കുന്ന പശുക്കൾക്കും വെള്ളം കുടിക്കാനുള്ള ഒരു കിണർ മാത്രമേ അവിടെ ഉണ്ടായിരുന്നുള്ളു. ആ സ്ഥലത്ത് മാഷ് പുതുതായി ഒരു ബിൽഡിംഗ് പണി കഴിപ്പിച്ചു. ഇംഗ്ലീഷ് അധ്യാപകർക്ക് താമസം ഒരുക്കി. അതിനുശേഷമാണ് അവിടെ ഇപ്പോൾ കാണുന്ന ഷോപ്പിംഗ് കോംപ്ലക്സും ഹോട്ടലും പാർക്കും മറ്റു കടകളും വന്നത്. ഇന്ന് ലൈബ്രറിയുടെ അടുത്ത് കാണുന്ന പഴയ ബിൽഡിംഗ് അതാണ്. പഠിക്കാൻ താല്പര്യമുള്ള, പ്രായമുള്ള ആളുകൾക്ക് രാവിലെയും വൈകുന്നേരവും അവിടെ പഠനസൗകര്യം മാഷ് ഒരുക്കിക്കൊടുത്തു. ഇംഗ്ലീഷ് അധ്യാപകർ താമസിച്ചതുകൊണ്ടാണ് ആ സ്ഥലത്തിന് ഇംഗ്ലീഷ് ബസാർ എന്ന പേര് വന്നത്.

ഗോവിന്ദൻ മാഷ് നല്ലൊരു രാജ്യസ്നേഹിയായിരുന്നു. ടാഗോറിനെയും ടാഗോറിന്റെ സാഹിത്യത്തെയും മാഷ് ഒരുപാട് ഇഷ്ടപ്പെട്ടിരുന്നു. ആയിരത്തിതൊള്ളയിരത്തിയൊന്നിലാണ് രവീന്ദ്രനാഥ ടാഗോർ കൽക്കത്തയിൽ ശാന്തിനികേതൻ എന്ന പേരിൽ ഒരു വിദ്യാഭ്യാസ സ്ഥാപനം സ്ഥാപിച്ചത്. വർഷങ്ങൾക്കുശേഷം അതായിരിക്കണം മാഷ് ഇവിടെ സ്ഥാപിച്ച ലൈബ്രറിക്ക് ശാന്തിനികേതൻ എന്ന പേരിടാൻ കാരണം. അറിവാണ് വെളിച്ചം. വായിച്ച് ഉയരങ്ങളിൽ എത്തണം. പുസ്തകമാണ് സമ്പത്ത്. ഇതാണ് മാഷിന്റെ

തത്ത്വം. പരന്ന വായനയിലൂടെ ഏത് പ്രശ്നങ്ങൾക്കും പരിഹാരം കാണാൻ കഴിയും. അങ്ങനെ നമ്മുടെ നാട്ടിലെ ആളുകളുടെ ഇട യിൽ മാഷ് വായനാശീലം വളർത്തി. ഈ നാട് ഒരക്ഷരലോക മാക്കി.

ശാന്തിനികേതൻ ഒരു ലൈബ്രറി മാത്രമായിരുന്നില്ല. അവിടെ ആളുകൾക്ക് പഠിക്കാനുള്ള സാകര്യവുമുണ്ടായിരുന്നു. ഗോവിന്ദൻ മാഷ് കല്യാണം കഴിച്ചിരുന്നില്ല. അതുകൊണ്ട് മാഷിന്റെ കാലശേഷം ഇളയ അനിയത്തിയുടെ മകനായ പത്മനാഭൻ മാഷ് ഇതൊക്കെ ഏറ്റെടുത്തു. നല്ല രീതിയിൽ ഇതൊക്കെ മാഷ് നടത്തിക്കൊണ്ടു പോയി. ഒരു പുസ്തകത്തിന്റെതന്നെ ഒരുപാട് കോപ്പികൾ ഈ ലൈബ്രറിയിൽ വാങ്ങി സൂക്ഷിച്ചിരുന്നു.

സാഹചര്യംകൊണ്ട് പഠിക്കാൻ കഴിയാത്തവർക്കും സാമ്പത്തിക ബുദ്ധിമുട്ടു കാരണം പഠനം പാതിവഴിക്ക് ഉപേക്ഷിക്കേണ്ടി വന്ന വർക്കും ഈ ലൈബ്രറിയിൽ രാവിലെയും രാത്രിയിലും പത്മനാഭൻ മാഷ് ക്ലാസുകൾ ഒരുക്കിക്കൊടുത്തു. അങ്ങനെ പലരും ഡിഗ്രിയും എംഎയും പഠിച്ചു നല്ല നല്ല ജോലികൾ നേടിയിട്ടുണ്ട്. സ്കൂളിൽ പോകാത്ത ഒരുപാട് ആളുകൾ ഇവിടത്തെ രാത്രിയിലെ പഠന സൗകര്യത്തിൽ പത്താം ക്ലാസ് പാസായിട്ടുണ്ട്. മാഷിന്റെ കാല ശേഷം മകളായ പാർവതി ടീച്ചർക്കായി ഇതിന്റെയൊക്കെ ചുമതല. ടീച്ചറിന്റെ കാലം വരെ ഇതിങ്ങനെയോക്കെ പോകുമായിരിക്കും. പിന്നീടിത് രാജീവേട്ടന്റെ നിയന്ത്രണത്തിൽ വരും. അതോടെ ഇത് നശിക്കും. അല്ലെങ്കിലും ഇയാൾ ഇത് നശിപ്പിക്കും.

പത്മനാഭൻ മാഷിന്റെ കാലത്ത് ഈ ലൈബ്രറിയിൽ നടന്നു കൊണ്ടിരുന്നത് വായിച്ച പുസ്തകങ്ങളുടെ ചർച്ചയും എഴുത്തു കാരുടെ സംഗമവും സെമിനാറുമൊക്കെയായിരുന്നു. പക്ഷേ ഇപ്പോൾ ഇവിടെ നടക്കുന്നത് പാർട്ടി ചർച്ചയും മീറ്റിംഗുമാണ്. ഈ ലൈബ്രറിയിൽനിന്നും ഒരുപാട് പുസ്തകങ്ങൾ കളഞ്ഞുപോയി ട്ടുണ്ട്. ജേർണലിസത്തിന് ഉപന്യാസം എഴുതാൻ ഞാൻ സെലക്ട് ചെയ്ത സബ്ജക്ട് ടെററിസമായിരുന്നു. അതിനാവശ്യമുള്ള പുസ്തകം എടുക്കാനായി ലൈബ്രറിയിൽ ചെന്നപ്പോൾ അവിടെ അങ്ങനെയുള്ള പുസ്തകങ്ങളില്ലെന്ന് രാജീവേട്ടനെന്നോട് പറഞ്ഞു.

ഒരുപാട് പുസ്തകം ഇവിടെയുണ്ടായിരുന്നുവെന്നും ഞാൻ ഡിഗ്രിക്കും എംഎയ്ക്കും പഠിക്കുമ്പോൾ ഇവിടെനിന്നും കൊണ്ടു പോയി വായിച്ചിരുന്നുവെന്നും പറഞ്ഞപ്പോൾ, ഇപ്പോൾ അങ്ങനെ യുള്ള പുസ്തകം ഒന്നും ഇവിടെ കിട്ടില്ലെന്നു പറഞ്ഞു. ഒന്നുകിൽ രാജീവേട്ടൻ എല്ലാം എടുത്തുമാറ്റി അല്ലെങ്കിൽ നശിപ്പിച്ചു. ഞാൻ

ടീച്ചറിന്റെ അടുത്ത് പരാതി പറഞ്ഞു. അവന് താല്പര്യമില്ലാത്ത കുറെ പുസ്തകങ്ങൾ അവൻ നശിപ്പിച്ചിട്ടുണ്ട് എന്നവർ എന്നോട് വേദനയോടെ പറഞ്ഞു.

ചരിത്രം എന്നും സത്യമാണ് അതാർക്കും മായ്ച്ചു കളയാനാവില്ല. ഇവിടുത്തെ പുസ്തകങ്ങൾ നശിപ്പിച്ചതുകൊണ്ട് സത്യം ഒന്നും മറച്ചുവെക്കാൻ പറ്റില്ല. മോൾക്ക് മറ്റേതെങ്കിലും ലൈബ്രറിയിൽ ഈ പുസ്തകങ്ങൾ കിട്ടാതിരിക്കില്ല. ടീച്ചർ അയാളെ വഴക്ക് പറഞ്ഞു കാണും. അതിനുശേഷം രാജീവേട്ടനെന്നോട് ദേഷ്യമാണ്."

"ചേച്ചീ, ഇയാൾക്ക് ജോലിയൊന്നുമില്ലെന്നു തോന്നുന്നു പകലൊക്കെ അമ്പലത്തിൽ കാണും. നല്ല ഭക്തിയാ."

"കണ്ണാ, ഇയാൾ ജോലി എടുക്കില്ല. അതിനുള്ള താല്പര്യവുമില്ല. ശ്രമിച്ചാൽ ജോലി കിട്ടും. അതിനുള്ള പഠിപ്പൊക്കെയുണ്ട്. പക്ഷേ ജോലി ചെയ്യാനുള്ള സമയമൊന്നും ഇയാൾക്കിപ്പോൾ കാണില്ല. ആള് നല്ല തിരക്കിലാണ്. സ്വയം മോക്ഷം നേടുന്നതിനോടൊപ്പം മറ്റുള്ളവർക്കും മോക്ഷം നേടിക്കൊടുക്കാനുള്ള ശ്രമത്തിലാണിയാളിപ്പോൾ. പല സ്വാർത്ഥതാല്പര്യങ്ങൾക്ക് വേണ്ടി ക്ഷേത്രം ഇന്ന് ഒരു വിഭാഗം ആളുകൾ കയ്യടക്കിക്കൊണ്ടിരിക്കുകയാണ്. ഇവർ ജനങ്ങളുടെ ഇടയിലേക്ക് ഭക്തി പ്രചരിപ്പിക്കുന്നതിലൂടെ പല നേട്ടങ്ങളുമുണ്ടാക്കും. ഭക്തി ഇന്ന് നല്ലൊരു ബിസിനസ് ആണ്. ഒന്നും ഇൻവെസ്റ്റ് ചെയ്യേണ്ട. ഹാർഡ് വർക്കും വേണ്ട. എളുപ്പത്തിൽ പണമുണ്ടാക്കാം.

പാർട്ടിയിൽ അണികളെ വർദ്ധിപ്പിക്കുന്നതിലൂടെ രാഷ്ട്രീയനേട്ടം മുന്നിൽ കാണുന്നവരുമുണ്ട്. നല്ല പദവിയിൽ എത്തിയവരുമുണ്ട്. ചിലർക്ക് ഇത് രണ്ടും വേണ്ട. പേരും പ്രശസ്തിയും മാത്രം മതി. റിട്ടയർ ചെയ്തതിനുശേഷം ഭക്തിമാർഗ്ഗം സ്വീകരിച്ച് ആളുകളുടെ ആദരവും ബഹുമാനവും പിടിച്ചു പറ്റാൻ ആഗ്രഹിക്കുന്നവരുമുണ്ട്. ആധ്യാത്മിക പ്രഭാഷണം പറയുന്ന കുറേ ആളുകൾക്ക് ആധികാരികമായി അറിവ് കുറവാണ്. അവരവർക്ക് താല്പര്യമുള്ളതും മറ്റുള്ളവരെ പ്രീതിപ്പെടുത്താനും വേണ്ടി എന്തൊക്കെയോ പറയുന്നു. മോക്ഷത്തിന്റെ പേര് പറഞ്ഞാണ് ഭക്തിയിലേക്ക് പോകുന്നതെങ്കിലും ആളുകളുടെ ലക്ഷ്യം മറ്റു പലതാണ്.

രാജീവേട്ടൻ എന്നും രാമായണവും ഭാഗവതവും ഭഗവത്ഗീതയും ആളുകൾക്ക് പറഞ്ഞുകൊടുക്കുകയും പ്രഭാഷണം നടത്തുകയും ചെയ്യുന്നതുകൊണ്ട് ഒരു ദിവസം ഞാൻ ഒരു സംശയം ചോദിച്ചു, "ആദ്ധ്യാത്മരാമായണം കിളിപ്പാട്ടും ഭാഗവതം കിളിപ്പാട്ടും എഴുതിയത് ഒരേ ആളാണ് (എഴുത്തച്ഛൻ). രാമായണം ത്രേതായുഗത്തിലും

ഭാഗവതം ദ്വാപരയുഗത്തിലും. ത്രേതായുഗത്തിൽ ജീവിച്ചിരുന്ന ശ്രീരാമന്റെ കഥ പറയുന്ന രാമായണത്തിൽ എഴുത്തച്ഛൻ ബ്രഹ്മാവിന് സത്വഗുണമാണ് പറഞ്ഞിരിക്കുന്നത്, ദ്വാപരയുഗത്തിൽ ജീവിച്ച ഭഗവാൻ കൃഷ്ണന്റെ കഥ പറയുന്ന ഭാഗവതത്തിൽ ഇതേ ബ്രഹ്മാവിന് എഴുത്തച്ഛൻ പറഞ്ഞിരിക്കുന്നത് രജോഗുണമാണ്. ത്രേതായുഗത്തിൽ നിന്നും ദ്വാപരയുഗത്തിലേക്ക് ബ്രഹ്മാവ് എത്തുമ്പോൾ കർമ്മഫലം കൊണ്ടാണോ സത്വഗുണം രജോഗുണമായി മാറിയത്? അതല്ല എഴുത്തച്ഛൻ എഴുതുമ്പോൾ തെറ്റുപറ്റിയതാണോ?"

അതിനുള്ള ഉത്തരം അയാൾ ഇതുവരെ എനിക്ക് പറഞ്ഞു തന്നില്ല.

ഭഗവത്ഗീത പ്രഭാഷണം ചെയ്യുന്ന ആളുകൾ ഗീതയിൽ പറയുന്നതുപോലെയാണോ പ്രവർത്തിക്കുന്നത്? കാര്യങ്ങൾ മനസ്സിലാക്കി ജീവിതത്തിൽ പ്രാവർത്തികമാക്കി പ്രസംഗിക്കണം. അല്ലെങ്കിൽ പ്രസംഗം ഒന്നും പ്രവർത്തി മറ്റൊന്നുമായി പോകും.

ഞാൻ ചോദിച്ചത് ഒന്നും അയാൾക്ക് ഇഷ്ടമായില്ല. ഭക്തി എന്ന ലഹരി ആളുകളുടെ മനസ്സിലേക്ക് ഇഞ്ചക്ട് ചെയ്യുന്നതിലൂടെ ഇത്തരമാളുകൾ മറ്റുള്ളവരുടെ ജീവിതരീതിയും സാവകാശം നിയന്ത്രണത്തിൽ കൊണ്ടുവരാനുള്ള ശ്രമത്തിലാണ്. ആളുകൾ എന്ത് ഭക്ഷണം കഴിക്കണം, എങ്ങനെയുള്ള വസ്ത്രം ധരിക്കണം, എങ്ങനെ ജീവിക്കണം, സ്ത്രീകൾ നെറ്റിയിൽ പൊട്ടുവെക്കണം, വിവാഹം കഴിഞ്ഞാൽ നെറ്റിയിൽ സിന്ദൂരവും താലിയുമുണ്ടായിരിക്കണം, അല്ലാത്തപക്ഷം അവർ നമ്മളെ ചോദ്യം ചെയ്യും. ആരും പ്രതികരിക്കാതെ ഈ സ്ഥിതി തുടരാനനുവദിച്ചാൽ നമ്മുടെ നാട് ഇനിയെങ്ങോട്ട് പോകും. ഭാഗവതത്തിൽ ഭഗവാൻ കൃഷ്ണൻ തന്നെ പറയുന്നുണ്ട്, കലികാലത്ത് ജനങ്ങൾ അൽപജ്ഞാനികളെ ജ്ഞാനികളായി ആദരിക്കും. ഇന്നത്തെ ഭൂരിപക്ഷം ആചാര്യന്മാർക്കും ഗുരുക്കന്മാർക്കും ജ്ഞാനം കുറവാണ്.

നാല്

"ഇന്ന് മക്കളാണോ വന്നിരിക്കുന്നത്? ഇളയച്ഛൻ എവിടെപ്പോയി?"

ശബ്ദം കേട്ട ഭാഗത്തേക്ക് ഞാനും കണ്ണനും നോക്കി. തേങ്ങ പറിക്കുന്ന നാരായണേട്ടനാണ് കൂടെ. മൂന്നാലുപേരും. ബസാറിലെ വെയ്റ്റിംഗ് ഷെഡ്ഡിന്റെ സൈഡിൽ നിൽക്കുന്നു.

"ഇളയച്ഛൻ ഹോസ്പിറ്റലിൽ ആയി." കണ്ണനാണ് മറുപടി പറഞ്ഞത്.

ഞങ്ങൾ അവരുടെ അടുത്തേക്ക് നടന്നു.

"ഒരാഴ്ചയായി അസുഖം തുടങ്ങിയിട്ട്. ഡോക്ടറുടെ അടുത്ത് പോകാൻ വൈകി. മരുന്നു കഴിക്കാൻ തുടങ്ങിയാൽ വിശ്രമം വേണം. എവിടെ, ഓരോരോ വീട്ടുകാര്യത്തിനായി പുറത്തിറങ്ങി പോവുകയല്ലേ. കറങ്ങി നടക്കാനാ ഇഷ്ടം. വീട്ടിലടങ്ങിയിരിക്കില്ല. പോരാത്തതിന് നല്ല മഴയും."

കൽപ്പണിക്കാരനായ കൃഷ്ണേട്ടനാണ് അത് പറഞ്ഞത്.

"കാലം കുറെയായില്ലേ വീട്ടുകാര്യങ്ങളൊക്കെ നോക്കുന്നത്. പ്രായമായി വരികയല്ലേ. ഇനി കാര്യങ്ങളൊക്കെ മക്കൾ നോക്കിക്കൊള്ളും. നിങ്ങൾ ഇനി വിശ്രമിക്ക് എന്ന് അദ്ദേഹത്തോടു പറയാറുണ്ട്. പക്ഷേ പറഞ്ഞാൽ മനസ്സിലാവില്ല."

അതു പറഞ്ഞത് കുമാരേട്ടനാണ്.

ഞാൻ ചിരിച്ചു. പ്രായവും ആരോഗ്യസ്ഥിതിയും നോക്കി വിശ്രമിക്കാൻ പറയാൻ മനസ്സിൽ സ്നേഹമുള്ള ആരാണ് ഇളയച്ഛനു വീട്ടിലുള്ളത്? പക്ഷേ ആ സത്യം ആരോടും പറയാനാകില്ല.

"വെൽകെയർ ഹോസ്പിറ്റലിൽ തന്നെയാണോ അഡ്മിറ്റ് ചെയ്തത്? ഞങ്ങൾ ഇന്ന് എന്തായാലും പോയിക്കാണും."

അതു പറഞ്ഞ ആളിനെ എനിക്ക് മനസ്സിലായില്ല.

“ഞങ്ങൾക്ക് എന്നും രാവിലെ ഒരു മീറ്റിംഗുണ്ട്. ആദ്യം എത്തുന്നത് ഇയാളാണ്. ഇന്ന് കാണാത്തപ്പോൾ സംശയം തോന്നിയിരുന്നു.” നാരായണേട്ടൻ പറഞ്ഞു.

“വെൽകെയർ ഹോസ്പിറ്റലിൽ തന്നെയാവാനാണ് സാധ്യത. ഇന്നലെ രാത്രിയിലാണ് പോയത്.”

ഒരുപാട് കാലമായി ഇവരൊക്കെ ഇളയച്ഛന്റെ സുഹൃത്തുക്കളാണ്. ഇവരുടെ സ്നേഹത്തിന് ആത്മാർത്ഥതയുണ്ട്. പറയുന്ന വാക്കുകളാവട്ടെ, വരുന്നത് ഹൃദയത്തിൽ നിന്നും. ഇവർക്ക് രണ്ടു മുഖങ്ങൾ ഇല്ല.

“അയാൾ എന്തായാലും ഭാഗ്യവാനാണ്. മക്കൾ അച്ഛനെയും അമ്മയെയും പോലും നോക്കാത്ത കാലത്താണ് ഇളയച്ഛനെ മക്കൾ ഇങ്ങനെ നോക്കുന്നത്.”

“ആ മക്കൾ അങ്ങനെ ചെയ്യും കൃഷ്ണാ. അത്ര നന്നായിട്ടാണ് ആ മനുഷ്യൻ മക്കളെ വളർത്തിയത്. ആ മക്കൾ സ്നേഹമുള്ളവരാണ്. അവർ അതൊന്നും മറക്കില്ല. അത് കണ്ടിരുന്ന ഞങ്ങൾക്ക് പോലും അത്ര പെട്ടെന്ന് അതൊന്നും മറക്കാനാവില്ല.”

അതു പറഞ്ഞയാളിന്റെ ശബ്ദം കേട്ടപ്പോൾ ഞാനൊന്നു ഞെട്ടി.

പെട്ടുപോയല്ലോ എന്ന അർത്ഥത്തിൽ കണ്ണൻ പറഞ്ഞു. “ചേച്ചീ, പാറുക്കുട്ടിയമ്മ...”

“നിങ്ങൾ ഇനി അതും പറഞ്ഞ് കരയാൻ തുടങ്ങിക്കോ. കാരണം തേടി നടക്കുകയല്ലേ കരയാൻ വേണ്ടി. ഇനിയിപ്പോൾ രാവിലെ തന്നെ തുടങ്ങിക്കോ. സമയം കളയണ്ട.”

നാരായണേട്ടൻ അതു പറഞ്ഞു തീരും മുമ്പുതന്നെ പാറുക്കുട്ടിയമ്മ കരച്ചിൽ സ്റ്റാർട്ട് ചെയ്തു.

ഈ അമ്മ ഇങ്ങനെയാ. മറ്റുള്ളവർക്ക് എന്ത് വിഷമം വന്നാലും ഇവർ കരയും. ചിലപ്പോൾ ഇവർ കരയുമ്പോഴാണ് നമ്മുടെ പ്രശ്നം കരയേണ്ടതാണെന്ന് നമുക്കുതന്നെ മനസ്സിലാകുന്നത്. ഇവർ കരയുന്നത് കണ്ടിട്ട് കരയുന്നയാളുകളുമുണ്ട്. ഇവർ വെറുതെ കരയില്ല. ഇടയ്ക്ക് എന്തൊക്കെയോ പറഞ്ഞാണ് കരയുക. ഇവരുടെ കരച്ചിലിന് ഒരു ഫോർമാറ്റുണ്ട്. ആദ്യം സ്വന്തം കഥ പറയും. അതിനു ശേഷം നമ്മുടെ പ്രശ്നത്തിലേക്ക് വരും. ഈ അമ്മയുടെ വലിയ അമ്മാവൻ അമ്പലത്തിൽ പോയപ്പോൾ അവിടെ വെച്ച് ഒരു സ്ത്രീയെ കണ്ടു. അവരെ കല്യാണം കഴിക്കണമെന്നാഗ്രഹം തോന്നി. അവരുടെ വീട്ടിൽ പോയി കല്യാണാലോചന നടത്തിയപ്പോൾ അവിടത്തെ രോഗിയും പ്രായവുമായ വലിയമ്മാവൻ

പറഞ്ഞു, “ഞാനെന്റെ അനന്തരവളെ നിങ്ങൾക്ക് തരാം, പകരം നിങ്ങളുടെ അനന്തരവളെ എനിക്ക് തരണം.” അന്ന് ഈ അമ്മയ്ക്ക് പന്ത്രണ്ട് വയസ്സ് മാത്രമേയുള്ളൂ. ഇവരുടെ വല്യമ്മാവൻ അത് സമ്മതിച്ചു. രോഗിയായ അയാൾ അധികകാലം ജീവിച്ചില്ല. അങ്ങനെ പാറുക്കുട്ടിയമ്മ ചെറുപ്പത്തിൽതന്നെ വിധവയായി. പിന്നീട് ഇവർക്ക് മറ്റൊരു കല്യാണം കഴിച്ചു കൊടുത്തില്ല. കുടുംബത്തിലുള്ള കുട്ടികളെ സ്വന്തം മക്കളെപ്പോലെ വളർത്തി. വലുതായപ്പോൾ അവരിട്ടേച്ചുപോയി. പിന്നീട് ഇവർ ഒറ്റയ്ക്കായി.

ഇളയച്ഛൻ ജയകൃഷ്ണമ്മാവനെ വളർത്തിയതും ഭക്ഷണം കൊടുത്തതുമൊക്കെ പറഞ്ഞു കരയുന്നതിനിടയിൽ പാറുക്കുട്ടിയമ്മ പറഞ്ഞു, “ശങ്കരൻ ഭാഗ്യവാനാ. ഈ പാറുക്കുട്ടിമ്മയെപ്പോലെയല്ല. അവൻ വളർത്തിയ മക്കൾക്ക് നന്ദിയും സ്നേഹവുമുണ്ട്. അവർ അവനെ സംരക്ഷിക്കുന്നു.” പിന്നെയും എന്തൊക്കെയോ പഴയ കാര്യങ്ങൾ പറഞ്ഞ് അവർ കരയുന്നുണ്ടായിരുന്നു.

നേരം പുലർന്നിട്ടില്ല. ബസാറിൽ അത്യാവശ്യം ആളുകളൊക്കെയുണ്ട്. പക്ഷേ ബഹളമില്ല. അവർ ഉറക്കെയാണ് കരയുന്നത്. എല്ലാവരും ഞങ്ങൾ നിൽക്കുന്ന ഭാഗത്തേക്ക് നോക്കുന്നുണ്ട്. പക്ഷേ ആരും കാരണമന്വേഷിച്ചില്ല. പാറുക്കുട്ടിയമ്മയുടെ അടുത്ത് ഞാനും കണ്ണനും നിൽക്കുന്നത് കണ്ടപ്പോൾതന്നെ, ആളുകൾക്ക് കാര്യം മനസ്സിലായിക്കാണും. കരയുന്ന ശബ്ദം കേട്ടിട്ടാവണം കാവേരി ഹോട്ടലിൽനിന്നും അനിലേട്ടൻ പുറത്തേക്ക് വന്നു നോക്കി. കണ്ണൻ കൈ പൊക്കി കാണിച്ചു. അനിലേട്ടനും.

“മക്കളേ, നിങ്ങൾ പൊയ്ക്കോ. ഇവർ കുറച്ച് സമയം കരഞ്ഞിട്ട് പിന്നെ കരച്ചിൽ നിർത്തി പൊയ്ക്കോളും.”

“ചേച്ചീ, നാരായണ മാമൻ പറഞ്ഞത് കേട്ടില്ലേ. നമുക്ക് പോകാം.”

“രണ്ട് മിനിറ്റ് നിൽക്ക് കണ്ണാ. ഇവരുടെ കരച്ചിൽ നിർത്താൻ പറ്റുമോയെന്ന് ചേച്ചി നോക്കട്ടെ. ചിലപ്പോൾ വിഷയം മാറ്റിയാൽ ഇവർ കരച്ചിൽ നിർത്തിയേക്കും.”

ഞാൻ പാറുക്കുട്ടിയമ്മയെ നോക്കി. അവർ പാലു വാങ്ങാൻ വന്നതല്ല. കയ്യിൽ പാത്രവുമില്ല.

“പാറുക്കുട്ടിയമ്മ എങ്ങോട്ടാ ഈ രാവിലെതന്നെ?”

“അമ്പലത്തിലേക്ക്.” കരഞ്ഞുകൊണ്ട് അവർ പറഞ്ഞു.

പക്ഷേ കരച്ചിൽ നിർത്തുന്ന ലക്ഷണമൊന്നും കണ്ടില്ല. പെട്ടെന്നാണ് ഭാഗ്യം ഞങ്ങളെ തുണച്ചത്. അഞ്ചേ പത്തിന്റെ ബിജുമോൻ

അഞ്ച്

ഇളയച്ഛനെക്കുറിച്ച് പാറുക്കുട്ടിയമ്മ പറഞ്ഞതു കേട്ടപ്പോൾ ഞാൻ എന്നോടുതന്നെ ചോദിച്ചു. ഇളയച്ഛൻ ഭാഗ്യവാനാണോ? വളർത്തിയ മക്കൾക്ക് സ്നേഹവും നന്ദിയുമുണ്ടോ? അവർ ഇളയച്ഛനെ സംരക്ഷിക്കുമോ?

യാഥാർത്ഥ്യം ആർക്കുമറിയില്ല. അതൊരിക്കലും ആരോടും പറയില്ല. അത് മറ്റാരെങ്കിലും അറിയണമെങ്കിൽ ഇളയച്ഛൻതന്നെ പറയണം. പക്ഷേ അതൊരിക്കലും ഇളയച്ഛൻ പറയില്ല. അതിന് കാരണങ്ങൾ ഏറെയുണ്ട്. അവഗണനയും ഒഴിവാക്കലും ഒറ്റപ്പെടുത്തലും കുറ്റപ്പെടുത്തലുമൊക്കെ കുട്ടിക്കാലം തൊട്ടേ അനുഭവിക്കുന്നതാണ്. അതിനാൽ അതൊക്കെ ജീവിതത്തിന്റെയൊരു ഭാഗമായി കഴിഞ്ഞിരിക്കുന്നു. അഥവാ ഈ വേദനകളൊക്കെ ആരോടെങ്കിലും പറയണമെന്ന് തോന്നിയാലും സാധിക്കില്ല. സ്വന്തമായി ആരുമില്ലാത്തൊരാൾക്ക്, സ്വന്തമെന്ന് തോന്നിയവരൊക്കെ അന്യനെപ്പോലെ കാണുന്ന ഒരാൾക്ക് ചെന്ന് കയറാൻ മറ്റൊരിടമില്ലാത്തൊരാൾക്ക്, ഇതെല്ലാം സഹിച്ചല്ലേ പറ്റൂ. ഒരുപക്ഷേ ഇതൊരു വേദനയായി മനസ്സിൽ കൊണ്ടുനടക്കുന്നുണ്ടാവും. അമ്മയിൽ നിന്നുമാണ് ഞാൻ ഇളയച്ഛനെക്കുറിച്ചുള്ള കാര്യങ്ങൾ കൂടുതലറിഞ്ഞത്. അതിൽ കുറച്ചൊക്കെ അമ്മയ്ക്കുതന്നെ കേട്ടുകേൾവിയാണ്. ഒരു കഥ പോലെ ഇളയച്ഛന്റെ കാര്യങ്ങൾ അമ്മ പറഞ്ഞുതുടങ്ങി.

അമ്മയുടെ ഓർമ്മയിൽനിന്ന്...

തറവാട്ടിലെ പ്രായമുള്ള ആളുകളെ നോക്കുന്നതിനുവേണ്ടിയാണ് അച്ഛൻ ഇളയച്ഛനെ ദുബായിൽനിന്നും കൊണ്ടുവന്നത്. അവർ മരിച്ചതിനുശേഷം ഇളയച്ഛൻ തിരിച്ചു പോയില്ല. അതിന്റെ കാരണം ഇന്നുമെനിക്കറിയില്ല. പരിചയമുള്ളൊരാളിന്റെ നെയ്ത്തുകമ്പനിയിൽ അച്ഛൻതന്നെയാണ് ഇളയച്ഛന് ജോലി ശരിയാക്കിക്കൊടുത്തത്. കൃത്യമായി ശമ്പളം അമ്മയെ ഏൽപ്പിക്കും, പറയുന്ന വീട്ടു

കാര്യങ്ങളൊക്കെ ചെയ്തുകൊടുക്കും. അച്ഛൻ രാമനിലയം എടുത്ത് താമസം മാറുമ്പോൾ ഇളയച്ഛനേയും കൂടെ കൂട്ടി.

അങ്ങനെ നല്ല രീതിയിൽ ജീവിതം മുന്നോട്ടു പൊയ്ക്കൊണ്ടിരിക്കുമ്പോഴാണ് മൂന്ന് മാസം കഴിഞ്ഞ് അമ്മ മരണപ്പെട്ടത്. അന്ന് ജയകൃഷ്ണന് ആറുമാസവും ഏട്ടന് പത്തു വയസ്സും. അതിനിടയിൽ ഞങ്ങൾ മൂന്നുപേരും. ഒരുപാട് തിരക്കും. സ്വന്തം എന്നു പറയാൻ ബന്ധുക്കളാരുമില്ലാത്ത അച്ഛന് ഞങ്ങൾ പുറത്തു പോയി വരാൻ വൈകിയാൽ ജയകൃഷ്ണൻ കരഞ്ഞുകൊണ്ടിരിക്കും. കൃഷ്ണന് മൂന്നു വയസ്സുള്ളപ്പോൾ ഒരു ദിവസം ഇളയച്ഛൻ എന്തോ അത്യാവശ്യത്തിനു പുറത്തുപോയി. അവൻ ഇളയച്ഛനെ അന്വേഷിച്ച് പിറകെ പോയി. അന്നത്തെ കാലമായതുകൊണ്ട് ആരോ ഒരാൾ അവനെ വീട്ടിൽ തിരികെയെത്തിച്ചു. അന്ന് അച്ഛൻ അവനെ ഒരുപാട് തല്ലി. അത് ഞാനിന്നുമോർക്കുന്നു. കൃഷ്ണൻ സ്കൂളിൽ പോകുന്നതുവരെ വീട്ടിൽ ഇളയച്ഛന്റെ ജോലി തുടർന്നു, അതിനുശേഷം കമ്പനിയിലെ ടീ ബ്രേക്കിന്റെ സമയത്ത് വീട്ടിൽ വന്ന് ഞങ്ങൾക്കുള്ള ഉച്ചഭക്ഷണമുണ്ടാക്കി തിരിച്ച് ഇളയച്ഛൻ കമ്പനിയിലേക്ക് പോകുമായിരുന്നു. അങ്ങനെ ദിവസങ്ങൾ കടന്നുപോയി.

ഞങ്ങൾ പെൺമക്കൾ വലുതായപ്പോൾ, വീട്ടിൽ ഒരു പെണ്ണുങ്ങൾ തന്നെ വേണമെന്ന് പലരും അച്ഛനോട് പറഞ്ഞു. അങ്ങനെ അവരുടെ നിർബന്ധം കാരണം അച്ഛൻ വീണ്ടുമൊരു കല്യാണം കഴിച്ചു. പക്ഷേ ആ രണ്ടാനമ്മ വീടിന്റെ താളം തെറ്റിച്ചു. എന്നും വഴക്കും ബഹളവുമായിരുന്നു. അവർക്ക് അടുക്കളജോലികളൊന്നുമറിയില്ല. അതു ചെയ്യാനുള്ള താല്പര്യവുമില്ല. പുറത്ത് പൊതുമരാമത്ത് ജോലി ചെയ്യാനാണ് കൂടുതൽ താല്പര്യം.

തൊട്ടതിനും പിടിച്ചതിനുമൊക്കെ അച്ഛനോടും ഞങ്ങളോടും വഴക്കുണ്ടാക്കും. കുടുംബത്തിലെ സ്വസ്ഥത അവർ തകർത്തു. ഞങ്ങളെ നോക്കുന്നതു പോയിട്ട് അച്ഛനിലുണ്ടായ സ്വന്തം മക്കളായ ഗായത്രിയെയും ശ്രീരാമനേയുംപോലും ശരിക്കും ശ്രദ്ധിക്കാറില്ല. ഇളയച്ഛനാണ് അവരെയും നോക്കിയത്. അമ്മ മരിച്ചപ്പോൾ തൊട്ടുതന്നെ ഇളയച്ഛൻ ശമ്പളം വീട്ടിലേൽപ്പിക്കുന്നത് നിർത്തിയിരുന്നു. ഇപ്പോൾ വീട്ടുകാര്യങ്ങളും അധികം ശ്രദ്ധിക്കാറില്ല. നേരത്തെ ഞങ്ങൾക്ക് അമ്മ ഇല്ലാത്തതിന്റെ ഒരു കുറവ് മാത്രമേ ഉണ്ടായിരുന്നുള്ളൂ.

ഈ ഇളയച്ഛൻ അച്ഛന്റെ ഇളയമ്മയുടെ മകനാണ്. ഇളയച്ഛന് ഒരു ചേച്ചി മാത്രമാണുള്ളത്. ഇളയച്ഛൻ അവിടെ പോയി താമസിക്കുന്നത് അവർക്കും ഭർത്താവിനും ഇഷ്ടമല്ല. എന്നിട്ടും അയാൾ

സ്വന്തം ആവശ്യത്തിന് പണമുണ്ടാക്കാൻ വേണ്ടി അച്ഛനെപോലും അറിയിക്കാതെ ഇളയച്ഛനെക്കൊണ്ട് ഒരു കല്യാണം കഴിപ്പിച്ചു. അവിടത്തെ കാര്യങ്ങളൊക്കെ നോക്കി ഭാര്യവീട്ടിൽ നിൽക്കണം. കുറച്ചു നാൾ ഇളയച്ഛൻ അവിടെ കഴിച്ചുകൂട്ടി. പിന്നെ തറവാട്ടിലേക്ക് തിരിച്ചു വന്നു. പഴയതുപോലെ ജോലിക്ക് പോകാൻ തുടങ്ങി. ഭാര്യവീട്ടിൽ ആഴ്ചയിൽ ഒരിക്കൽ പോകും. അവർക്ക് കൊടുക്കാനായി എല്ലാ ആഴ്ചയിലും പുതിയ സാരിയും മറ്റു സാധനങ്ങളും വാങ്ങും. കുറച്ചു നാൾ അങ്ങനെ തുടർന്നു. .പിന്നെ പോകാതായി. അങ്ങനെ ആ ബന്ധം തകർന്നു. അതിന്റെ കാരണം ഇളയച്ഛൻ ഇതുവരെ പറഞ്ഞുമില്ല. ഞങ്ങളാരും അന്വേഷിച്ചുമില്ല.

അതിനുശേഷം ഇളയച്ഛന് പുസ്തകവായനയും ധാരാളം പുസ്തകങ്ങൾ വാങ്ങിക്കുന്നതിലുമൊക്കെയായി ശ്രദ്ധ. അതിനുപുറമേ ബീഡിവലി, ഹോട്ടലിൽ നിന്നുള്ള ഭക്ഷണം കഴിക്കൽ, ദിവസവും സിനിമ (ഫസ്റ്റ് ഷോ) കാണാൻ പോകൽ... അങ്ങനെയുള്ള പുതിയ ശീലങ്ങളും തുടങ്ങി.

ഇളയച്ഛന്റെ ജീവിതത്തിലുള്ള ഈ മാറ്റം അച്ഛനിൽ ദേഷ്യവും സങ്കടവുമുണ്ടാക്കി. ഇളയച്ഛനെ വഴക്കു പറയാൻ തുടങ്ങി. അച്ഛന്റെ കണ്ണിൽപെടാതിരിക്കാൻ ഇളയച്ഛൻ വരുന്നതും പോകുന്നതും വീടിന്റെ പുറകുവശത്ത് കൂടെയായി. ഞങ്ങൾ ഏഴുപേരും വലുതായപ്പോൾ പ്രധാനപ്പെട്ട കാര്യങ്ങളിൽ നിന്നൊക്കെ ഇളയച്ഛനെ മാറ്റി നിർത്തി. കുടുംബത്തിൽനിന്നും സാവകാശം ഒഴിവാക്കാൻ തുടങ്ങി.

അങ്ങനെ ഇളയച്ഛനോടുള്ള സ്നേഹത്തിന്റെ നിറങ്ങൾ മങ്ങിത്തുടങ്ങി. കുട്ടിക്കാലത്തെ എന്റെ ഓർമ്മകളിൽ ഇളയച്ഛനുമുണ്ട്. വലതുകാൽ അല്പം വലിച്ചു നടക്കുന്ന ദയനീയമായ മുഖമുള്ളൊരാൾ. അന്നൊന്നും ഞാനുമായി വലിയ അടുപ്പമില്ലായിരുന്നു. തറവാട്ടിൽ ആരും ശ്രദ്ധിക്കാത്ത ഒരു അംഗമായി പരിഗണിക്കപ്പെടാത്ത ഒരാൾ. ഏതെങ്കിലും സമയത്ത് അടുക്കളവശത്തുകൂടി ഇറങ്ങിപ്പോകും. എപ്പോഴെങ്കിലും തിരിച്ചുവരും. മിക്കവാറും അത് രാത്രിയായിരിക്കും. എവിടെ പോകുന്നുവെന്നും എപ്പോൾ തിരിച്ചു വരുമെന്നും ആരും ചോദിക്കാറില്ല. പകൽസമയത്ത് കാണാറുമില്ല. ചിലപ്പോൾ രാത്രിയിൽ സ്വന്തം റൂമിൽ ഇരുന്ന് പുസ്തകം വായിക്കുന്നത് കാണാറുണ്ട്. ഞങ്ങൾ ശബ്ദമുണ്ടാക്കിയാൽ ദേഷ്യം വരും. ലൈറ്റില്ലങ്കിൽ വിളക്ക് കത്തിച്ചുവെച്ച് പുസ്തകം വായിക്കും. ഗായത്രി ആന്റി പറയും, "ആരും ശബ്ദമുണ്ടാക്കരുത്. ഇളയച്ഛന് നാളെ പരീക്ഷയാണ്."

ഓണം, വിഷു പോലുള്ള ദിവസങ്ങളിൽ ഇളയച്ഛൻ വീട്ടിൽ ഉണ്ടാവുകയോ ഞങ്ങളോടൊപ്പമിരുന്ന് ഭക്ഷണം കഴിക്കുകയോ ചെയ്ത ഓർമ്മയേ ഇല്ല. കുടുംബത്തിലെ പിറന്നാൾ, ശ്രാദ്ധം അങ്ങനെയുള്ള ദിവസങ്ങളൊന്നും ഇളയച്ഛനെ അറിയിക്കാറില്ല. മൂന്നുനേരത്തെ ഭക്ഷണം വീട്ടിലുണ്ടെങ്കിൽ കൊടുക്കും. പക്ഷേ സ്പെഷ്യൽ ഒന്നും കൊടുക്കാറില്ല. വീട്ടിൽ ആരെങ്കിലും വിരുന്നുകാർ വരുമ്പോൾ നേരത്തെ അറിയിക്കും. മാറിനിൽക്കണമെന്ന് ആവശ്യപ്പെടും. തറവാട്ടിലെ നല്ല കസേരയിലോ സോഫയിലോ ഇളയച്ഛനിരിക്കാൻ അനുവാദമില്ല.

നമ്മുടെ വീട്ടിലെ പല കാര്യങ്ങളും മറ്റുള്ളവർ പറഞ്ഞാണ് ഇളയച്ഛൻ അറിയുന്നത്. വീട്ടിലെ കല്യാണവുമായി ബന്ധപ്പെട്ട ഒരു ചടങ്ങിലും ഇളയച്ഛനെ പങ്കെടുപ്പിക്കാറില്ല. കല്യാണ ദിവസം ഇളയച്ഛനെ വീട്ടിൽ കാവൽ നിർത്തും. നമ്മുടെ വീട്ടിലെ സ്ഥിതി ഇതാണെങ്കിലും പുറമേ ബന്ധുക്കളുടെയും സുഹൃത്തുക്കളുടെയും പരിചയക്കാരുടെയുമൊക്കെ വീട്ടിൽ ഇളയച്ഛൻ ഒരു പ്രധാന വ്യക്തിയാണ്. അവർ ഒരു അംഗത്തെപ്പോലെതന്നെയാണ് പരിഗണിക്കുന്നത്. ആ വീടുകളിലെ ഓരോ ചെറിയ വിശേഷങ്ങൾ നടക്കുമ്പോൾ ഇളയച്ഛന്റെ സാന്നിധ്യം നിർബന്ധമാണ്. നമ്മുടെ വീട്ടിലെ ഇളയച്ഛനോടുള്ള ഈ അവഗണനയൊന്നും അച്ഛപ്പന്റെ അറിവോടെ അല്ല. കാഴ്ചപരിമിതി ഉള്ളതുകൊണ്ട് അച്ഛപ്പന്റെ ശ്രദ്ധയിൽ ഇതൊന്നും പെടാറില്ല.

ഏട്ടൻ ഇല്ലാത്ത ഒരു കാലത്തെ ജീവിതത്തെക്കുറിച്ച് വളരെ വിഷമത്തോടെയും ഭയത്തോടെയും ഇളയച്ഛൻ ചിന്തിച്ചിട്ടുണ്ടായിരിക്കണം. പ്രതീക്ഷിച്ചിരിക്കാത്ത സമയത്താണ് അച്ഛപ്പൻ മരിച്ചുപോയത്. അത് ഇളയച്ഛനെ ഒരുപാട് വേദനിപ്പിച്ചിരുന്നു. ചെറിയൊരു നെഞ്ചുവേദന വന്നതു കാരണം രാത്രിയിൽ അച്ഛപ്പനെ ഡോക്ടറുടെ അടുത്ത് കൊണ്ടുപോയി. ഹാർട്ട് അറ്റാക്ക് ആണെന്ന് പറഞ്ഞ് അവിടെ അഡ്മിറ്റ് ചെയ്തു. അതറിഞ്ഞ് ഇളയച്ഛൻ ആ രാത്രി മുഴുവൻ അസ്വസ്ഥനായിരുന്നു. അതിരാവിലെ ഹോസ്പിറ്റലിൽ പോയെങ്കിലും അവിടെയുള്ളവർ പറഞ്ഞത് ഡിസ്ചാർജ് ആയി പോയെന്നാണ്. പതിവിലും വിപരീതമായി അന്ന് രാവിലെതന്നെ ഇളയച്ഛൻ വീട്ടിലേക്ക് മടങ്ങി.

ഞാനിന്നും ഓർക്കുന്നു, അടുക്കളവശത്തുകൂടി തന്നെയാണ് അകത്തേക്ക് കടന്നുവന്നത്. അപ്പോൾ ഹാളിൽ കണ്ടത് വിളക്കു കത്തിച്ചു വെച്ച് തറയിൽ കിടത്തിയിരിക്കുന്ന ചലനമറ്റ അച്ഛപ്പന്റെ ശരീരമാണ്. ഇളയച്ഛന്റെ ആ കരച്ചിലിന്റെ ശബ്ദം അവിടെയുള്ള

അച്ഛപ്പൻ മരിച്ച് ഒരു വർഷത്തിനു മുമ്പുതന്നെ ജയകൃഷ്ണ അമ്മാവൻ പ്രവാസിയായി. കൂടെ താമസിക്കുമ്പോൾതന്നെ ഇളയച്ഛനുമായി അമ്മാവൻ അകന്നിരുന്നു. വളർത്തിയ കാര്യം പറഞ്ഞാൽ പറയും, "ദിവസം കഴിയുമ്പോൾ ആളും വലുതാവും. അതിന് ആരും വളർത്തേണ്ട കാര്യമില്ല."

പ്രവാസിയായതോടെ സഹോദരങ്ങളിൽനിന്നും അകലാൻ തുടങ്ങി. കല്യാണം കഴിച്ചതോടെ ഏതാണ്ട് നല്ലോണം അകന്നു. വർഷത്തിൽ ഒരു മാസം കിട്ടുന്ന ലീവിൽ പല സ്ഥലത്തും ടൂർ പോകുന്നതിനിടയിൽ തറവാട്ടിലും ഒന്ന് വിസിറ്റ് ചെയ്യും. ഇവിടത്തെ സുഖവും ദുഃഖവുമൊന്നും അമ്മാവനെ ആരും വിളിച്ച് അറിയിക്കാറുമില്ല. കുടുംബത്തിൽ നടക്കുന്ന ഒരു ഫംഗ്ഷനിലും അമ്മാവൻ പങ്കെടുക്കില്ല. എപ്പോഴെങ്കിലും അമ്മയെ ഒന്ന് വിളിക്കും. അപ്പോൾ അമ്മ ആ സമയത്ത് നടക്കുന്ന കാര്യങ്ങളും ഓർമ്മയിൽ ബാക്കി ഉണ്ടായ കാര്യങ്ങളും പറയും.

തറവാടിന്റെ തൊട്ടടുത്തുതന്നെ പുതിയ വീട് വെച്ച് ഞങ്ങളും താമസം മാറി. താമസം അടുത്താണെങ്കിലും ക്രമേണ ഞങ്ങളും അകന്നു തുടങ്ങി. മനസ്സുകൊണ്ട് വളരെ ദൂരെയായി. ഇടയ്ക്കൊക്കെ വന്നുകൊണ്ടിരുന്ന ശ്രീദേവിയാന്റി എപ്പോഴെങ്കിലും വന്നാലായി. അല്പം തലതാഴ്ത്തിയിരുന്ന അമ്മമ്മ ശ്രീരാമമ്മാവന് ജോലി കിട്ടിയതോടെ പൂർവ്വാധികം ശക്തിയോടെ തലയുയർത്തി നേരത്തേക്കാൾ ശക്തയായി.

ഇളയച്ഛന്റെ പൊതുസേവനം കൂടുതൽ വിപുലീകരിച്ചു. അടുത്തുള്ള പോസ്റ്റ് ഓഫീസിൽ വരുന്ന എഴുത്തുകളൊക്കെ അവിടത്തെ പോസ്റ്റുമാൻ നശിപ്പിക്കുകയും ആളുകളുടെ അടുത്തേക്ക് സമയത്തിന് എത്തിക്കാതെയുമായി. അത് കുറേ പേർക്ക് പല പ്രശ്നങ്ങളുമുണ്ടാക്കി. നാട്ടുകാരുടെ ബുദ്ധിമുട്ട് മനസ്സിലാക്കി ഇളയച്ഛൻ ഇടപെട്ടു. എന്നും രാവിലെ പോസ്റ്റ് ഓഫീസിൽ പോയി എഴുത്തുകളൊക്കെ ശേഖരിക്കും, കൃത്യമായി എല്ലാവരെയും ഏൽപ്പിക്കും. ഈ പ്രവർത്തി ആളുകൾക്ക് കൂടുതൽ ഗുണമായി. ആരും കാണാതെ നശിപ്പിക്കേണ്ട എഴുത്തുകൾ, ഒളിച്ചു വെക്കേണ്ട എഴുത്തുകൾ, പ്രണയലേഖനങ്ങൾ... ഇതൊക്കെ വളരെ ഭംഗിയായി ഇളയച്ഛൻ കൈകാര്യം ചെയ്തു. മറുപടി എഴുത്തുകൾ പോസ്റ്റ് ചെയ്യാനായി അവർ ഇളയച്ഛനെ ഏൽപ്പിക്കും.

കത്തുമായി ബന്ധപ്പെട്ട കാര്യങ്ങളാലോചിക്കുമ്പോൾ എന്റെ മനസ്സിൽ ആദ്യം കടന്നുവരുന്ന ഒരു ഓർമ്മയുണ്ട്. ഓർക്കുന്തോറും വേദന കൂടുന്ന ഓർമ്മ. എന്റെ അറിവില്ലായ്മകൊണ്ട് വന്ന വീഴ്ച,

ഞാൻ ചെറുതായിരുന്നപ്പോൾ, ഒരു ദിവസം കത്തിച്ചു കളയാനായി ഒരു കവർ ഇളയച്ഛൻ ഗായത്രിയാന്റിയെ ഏൽപ്പിച്ചു.

“മധു, ചേച്ചിയെ കാണിക്കാതെ ഇത് ആരുമറിയാതെ കത്തിച്ചു കളയണം എന്ന് പറഞ്ഞ് എന്റെ കയ്യിൽ തന്നതാണ്.”

ഞാനും ആന്റിയും ആ കവറിനുള്ളിലെ എഴുത്ത് ആരും കാണാതെ വായിച്ചു. അത് മീനാക്ഷി ആന്റിക്ക് വന്ന കല്യാണാലോചനയായിരുന്നു അത്. കാണാൻ നല്ല സൗന്ദര്യവും വിദ്യാഭ്യാസവും ജോലിയുമുള്ള ആന്റി നല്ല പ്രായത്തിൽ കല്യാണം വേണ്ടെന്ന് പറഞ്ഞു. പുറത്ത് അറിയിക്കാനാവാത്ത കുടുംബഭാരമായിരുന്നു അതിനു കാരണം. പിന്നീട് പ്രശ്നങ്ങളൊക്കെ തീർന്നപ്പോൾ കല്യാണം കഴിക്കാൻ തീരുമാനിച്ചുകാണും. പത്രത്തിൽ കണ്ട ഒരു വിവാഹ പരസ്യത്തിന് താല്പര്യമുണ്ടെന്നറിയിച്ചതിന്റെ മറുപടിയായിരുന്നു ആ എഴുത്ത്. എല്ലാ രീതിയിലും ആ പ്രൊപ്പോസൽ അവർക്ക് മാച്ചായിരുന്നു. പക്ഷേ അനിയനായ മധുവങ്കിൾ അവരെ അതറിയിക്കാനിഷ്ടപ്പെട്ടില്ല.

വായിച്ചതിനുശേഷം ഞങ്ങളാ എഴുത്ത് കത്തിച്ചു. എല്ലാവരും പറഞ്ഞുകൊണ്ടിരുന്നത് മീനാക്ഷിക്കുട്ടിക്ക് കല്യാണം കഴിക്കാൻ താല്പര്യമില്ലെന്നാണ്. വലുതായപ്പോൾ എനിക്ക് ബുദ്ധി വന്നു. ഞാൻ ഈ കാര്യങ്ങളൊക്കെ അമ്മയോട് പറഞ്ഞു. അന്ന് അമ്മ എന്റെ അടുത്ത് പറഞ്ഞു, “നിനക്കത് ഏട്ടനെയെങ്കിലും അറിയിക്കായിരുന്നില്ലേ, ആ കല്യാണം മീനാക്ഷിച്ചേച്ചിക്ക് ഏട്ടൻ നടത്തിക്കൊടുക്കുമായിരുന്നില്ലേ?”

ആദ്യമൊക്കെ കല്യാണക്കാര്യം പറയുമ്പോൾ ചേച്ചി ചെവി തരാറില്ല. അതുകൊണ്ടാണ് ഞങ്ങളൊക്കെ ആ കാര്യം സംസാരിക്കാതിരുന്നത്. മനസ്സിൽ കല്യാണ ആഗ്രഹം വച്ച് കുടുംബഭാരം തീർക്കാനായി കല്യാണം തൽക്കാലത്തേക്ക് മാറ്റിവെച്ചതാണെന്ന് ആരുമറിഞ്ഞില്ല. ഇപ്പോൾ കല്യാണപ്രായം കഴിഞ്ഞില്ലേ. അന്ന് ഞാൻ അമ്മയോട് പറഞ്ഞു, “മധു അങ്കിൾ കത്തിച്ചുകളയണം എന്ന് പറഞ്ഞ് കൊടുത്ത കത്തിലെ കാര്യങ്ങൾ ഞാൻ പറഞ്ഞാൽ എന്നെ എല്ലാവരും വഴക്കു പറയുമെന്ന് ഭയപ്പെട്ടു.”

ഇളയച്ഛന് ഒരിക്കലും വിട്ടുപിരിയാത്ത സുഹൃത്തും ബന്ധവുമായിരുന്നു പുസ്തകങ്ങളും വായനയും. ധാരാളം പുസ്തകങ്ങൾ വാങ്ങിക്കൂട്ടുന്ന ശീലമുണ്ടായിരുന്നു. ബാലരമ, പൂമ്പാറ്റ... മാ പ്രസിദ്ധീകരണങ്ങൾ, പിന്നെ കഥകൾ, നോവലുകൾ ഒക്കെയുണ്ട്. ഇളയച്ഛൻ പോകുന്ന സ്ഥലങ്ങളിലെ ആളുകൾക്കൊക്കെ ഈ പുസ്തകങ്ങളെത്തിക്കും. പുസ്തകങ്ങൾ അങ്ങനെ എല്ലാ സ്ഥലവും കറങ്ങി

തിരിച്ചു വരും. പഠിക്കുന്ന പുസ്തകങ്ങൾ പരസ്പരം കൈമാറാറുണ്ട്. ഇളയച്ഛൻ പോലും അറിയാതെ പുസ്തകത്തിലൂടെ പ്രണയിച്ച് വിവാഹം കഴിച്ചവരുമുണ്ട്. പരസ്പരം നല്ല സുഹൃത്തുക്കളായവരുമുണ്ട്.

ക്രമേണ ഇളയച്ഛൻ നിയമപരമായി അവകാശമില്ലെങ്കിലും വീടും അതിനോടനുബന്ധിച്ചുള്ള സ്ഥലങ്ങളും സ്വന്തം നിയന്ത്രണത്തിലാക്കി. അതിന് ആ വീട്ടിലുള്ള ആളുകളുടെ പിന്തുണയുമുണ്ടായിരുന്നു. ഞങ്ങൾക്ക് അവകാശപ്പെട്ട സ്ഥലത്ത് വീണു നശിക്കുന്ന ഒരു മാങ്ങയോ പൂവോ പോലും എടുക്കാനനുവദിക്കില്ല. കുടുംബവിശേഷങ്ങളൊന്നും ഞങ്ങളെ വിളിക്കാറില്ല. അച്ഛപ്പന്റെയും കാർത്യായിനി അമ്മമ്മയുടെയും ശ്രാദ്ധത്തിനുപോലും മൂത്ത മകളായ അമ്മയെ പങ്കെടുപ്പിക്കാറില്ല. എന്റെ അമ്മയുടെ ക്ഷമയും വിട്ടുവീഴ്ചയും വിട്ടുകൊടുക്കലുമാണ് അതൊന്നും പുറംലോകമറിയാതിരുന്നത്.

ഇങ്ങനെയൊക്കെ ചെയ്തിട്ടും ഇളയച്ഛന് ആ വീട്ടിൽ വലിയ സ്ഥാനമൊന്നും അവർ കൊടുത്തില്ല. ഗായത്രി ആന്റിയെ പെണ്ണുകാണാൻ വരുന്ന ദിവസം ശ്രീരാമമ്മാവൻ ഇളയച്ഛനോട് മാറിനിൽക്കാൻ പറഞ്ഞു. പക്ഷേ ഇളയച്ഛനത് സങ്കടമായില്ല. എങ്ങനെയെങ്കിലും അവളുടെ കല്യാണം നടക്കട്ടെ എന്ന് കരുതിക്കാണും. കല്യാണത്തിനും ഇളയച്ഛനെ പങ്കെടുപ്പിച്ചില്ല. അതിനും പരാതി പറഞ്ഞില്ല. എന്നാൽ ഇളയച്ഛനെ വിഷമിപ്പിച്ചത് ഗായത്രി ആന്റിയുടെ പ്രവർത്തിയാണ്. ആന്റിയോടുള്ള സ്നേഹം കാരണം അത് ആരോടും പറഞ്ഞില്ല.

കല്യാണം കഴിഞ്ഞ് കുറച്ചു മാസം കഴിഞ്ഞപ്പോൾ ആന്റിയെ കാണാനായി ഇളയച്ഛൻ അങ്കിളിന്റെ വിട്ടിൽ പോയി. പക്ഷേ അത് ആന്റിക്ക് ഇഷ്ടമായില്ല. ഇളയച്ഛൻ വന്നത് തീരെ ഇഷ്ടമല്ലാത്ത രീതിയിൽ ഞങ്ങളോട് പറഞ്ഞു. ഞങ്ങളാരുമത് ശ്രദ്ധിച്ചില്ല. പിന്നീട് വീണ്ടും ഇളയച്ഛൻ പോയി. ആ പ്രാവശ്യം ആന്റിയുടെ പെരുമാറ്റത്തിൽനിന്നും ഇളയച്ഛന് മനസ്സിലായി, ഞാനിവിടെ കാണാൻ ഇവൾക്ക് തീരെ ഇഷ്ടമായില്ലെന്ന്. പിന്നീടൊരിക്കലും അങ്ങോട്ട് പോയില്ല. ഞങ്ങൾക്കൊക്കെ കാരണം അറിയാമെങ്കിലും ചോദിച്ചു മറുപടി ഒന്നും പറഞ്ഞില്ല.

കൊച്ചുമക്കളിൽ ഇളയച്ഛന് തീരെ ഇഷ്ടമില്ലാത്തത് ഞങ്ങൾ, അമ്മയുടെ മൂന്നു മക്കളെയാണ്. കൂടുതലിഷ്ടം കിച്ചുവിനെയും അമ്മിണിയെയും. അപ്പു കുറച്ചു വലുതാണെങ്കിലും കുഞ്ഞു തന്നെയാണ്. കണ്ണനും കിച്ചുവും ഏതാണ്ട് ഒരേ പ്രായക്കാരാണ്. ഇളയച്ഛൻ

കിച്ചുവിനും അമ്മിണിക്കും കൊണ്ടുവരുന്ന കളിസാധനങ്ങളും കഴിക്കേണ്ട സാധനങ്ങളുമൊന്നും കണ്ണന് കൊടുക്കാറില്ല. വീടിനുള്ളിൽ ഇങ്ങനെ പ്രവർത്തിക്കുമ്പോൾ അമ്മമ്മ പറയും, "ശങ്കരാ, ശർക്കരയ്ക്ക് അകവും പുറവുമില്ല. ജയരാമന്റെ മക്കളും കൃഷ്ണയ്യന്ദ്രന്റെ മക്കളും തമ്മിൽ നിനക്കെന്താ വ്യത്യാസം?"

പക്ഷേ ഇളയച്ഛന്റെ ശർക്കരയ്ക്ക് അകവും പുറവുമുണ്ടായിരുന്നു. ഇളയച്ഛന് എന്നെക്കൊണ്ട് ഇടയ്ക്ക് എന്തേലും ആവശ്യം കാണും. അതുകൊണ്ട് എന്നെ കുറച്ച് അഡ്ജസ്റ്റ് ചെയ്യും. ഞാനും ചില അത്യാവശ്യത്തിന് ഇളയച്ഛന്റെ സഹായം സ്വീകരിച്ചിട്ടുണ്ട്. ആദ്യമായി എന്നെ കോളേജിൽ കൊണ്ടുവിട്ടതും രക്ഷിതാവില്ലാതെ ട്യൂഷന് ചേർക്കില്ലെന്ന് പറഞ്ഞപ്പോൾ ഇളയച്ഛനെ കൂടെ കൂട്ടി.

ഇളയച്ഛൻ ചെയ്തുതന്ന ഒരു സഹായം ഞാൻ ഒരിക്കലും മറക്കില്ല. ഡിഗ്രിക്ക് പഠിക്കുമ്പോൾ ക്ലാസ് കട്ട് ചെയ്ത് ക്യാമ്പസിലും പുറത്തും കറങ്ങി നടക്കും. ഒരു ദിവസം പ്രിൻസിപ്പൽ കയ്യോടെ പിടിച്ചു. ഇത് ഫസ്റ്റ് ടൈം ആണെന്ന് പറഞ്ഞ് രക്ഷപ്പെടാൻ ശ്രമിച്ചെങ്കിലും സാധിച്ചില്ല. അറ്റൻഡൻസ് ചെക്ക് ചെയ്തപ്പോൾ എക്സാം എഴുതാനുള്ള അറ്റൻഡൻസ് ഇല്ല. ഷോട്ടാണ്. വീട്ടിൽനിന്ന് ആരെയെങ്കിലും കൂട്ടി വന്നാൽ മാത്രമേ എനി ക്ലാസിൽ കയറ്റൂ, എക്സാം എഴുതാൻ അനുവദിക്കൂ എന്നു പറഞ്ഞപ്പോൾ ആകെ ടെൻഷനായി.

എന്റെ ഈ പരാക്രമം വീട്ടിലറിയിച്ചാൽ അവിടെനിന്നും ആരും വരില്ല. ഞാൻ കാര്യങ്ങളൊക്കെ ഇളയച്ഛച്ചനെ പറഞ്ഞു പഠിപ്പിച്ചു. അച്ഛപ്പൻ ആണെന്ന് പറഞ്ഞു കോളേജിൽ കൂട്ടിക്കൊണ്ടു പോയി. ആരും അറിയാതെ പ്രശ്നം സോൾവ് ചെയ്തു. ഇളയച്ഛന്റെ ചില പ്രവർത്തി കണ്ടാൽ എനിക്ക് പെട്ടെന്ന് ദേഷ്യം വരും. പെട്ടെന്ന് തന്നെ അതില്ലാതാവും.

ഇളയച്ഛനെക്കുറിച്ച് ഓർത്താൽ എനിക്ക് സങ്കടവും സഹതാപവും തോന്നും. കുട്ടിക്കാലത്തെ കഷ്ടപ്പാടും അതിനുശേഷമുള്ള ഒറ്റപ്പെടലും കൈവിട്ടുപോയ കുടുംബ ജീവിതവും. പ്രായവും സ്ഥാനവും നോക്കാതെ ഓരോരാളും അവരവരുടെ കാര്യം കാണാനായി കൂടെ കൂട്ടുന്നു. അതിനുശേഷം വലിച്ചെറിയുന്നു. അങ്ങനെയുള്ള ആ മനുഷ്യന്റെ മനസ്സിലുണ്ടാവുന്ന വ്യത്യസ്തങ്ങളായ ചിന്തകളായിരിക്കും അവരെക്കൊണ്ട് ഇങ്ങനെയൊക്കെ പറയിപ്പിക്കുന്നതും ചെയ്യിപ്പിക്കുന്നതും. ഒന്നും അറിയാത്തതുകൊണ്ടല്ല, ചിലപ്പോഴൊക്കെ പറയും, "എന്നെ ആത്മാർത്ഥമായി സ്നേഹിച്ചത് ഗൾഫിലുള്ളവരാണ്. അവിടെയുള്ളവരുടെ സ്നേഹത്തിന് ജാതിയോ മതമോ ഭാഷയോ രാജ്യമോയില്ല."

ദുബായിലേക്ക് മടങ്ങിപ്പോകാൻ കഴിയാത്തത് ഒരു സങ്കടമായി കിടക്കുന്നുണ്ട്. കുടുംബ ജീവിതം നഷ്ടപ്പെട്ടതിന്റെ കാരണമറിയില്ല. പക്ഷേ ഇളയച്ഛന് ആ സ്ത്രീയോടും അവർക്ക് ഇളയച്ഛനോടും സ്നേഹമുണ്ടായിരുന്നു. ഗായത്രി ആന്റി ഉത്സവസ്ഥലത്ത് വെച്ച് ഇളയച്ഛന്റെ ഭാര്യയെ കണ്ടു. അവർ ഇളയച്ഛനോട് ഇങ്ങോട്ട് വന്നാണ് സംസാരിച്ചത്. എന്നെ, ഏട്ടന്റെ മകൾ എന്നു പറഞ്ഞ് പരിചയപ്പെടുത്തി. അവരെന്റെ കയ്യിൽ പിടിച്ചാണ് എന്നോട് സംസാരിച്ചത്. പിന്നെ രണ്ടുപേരും കുറച്ചു മാറി നിന്ന് സംസാരിച്ചു. അന്ന് ഇളയച്ഛന് ഒരുപാട് സന്തോഷമായി. അവരെ കണ്ട കാര്യം എല്ലാവരോടും പറഞ്ഞു.

ഞാനും ഓർക്കുന്നു, ഒരിക്കൽ ഇളയച്ഛൻ അവരെ ഹോസ്പിറ്റലിൽ വച്ച് കണ്ടത് സന്തോഷത്തോടെ വീട്ടിൽ വന്ന് എല്ലാവരോടും പറഞ്ഞത്. ആരും അത്ര കാര്യമായി ശ്രദ്ധിച്ചില്ല. അമ്മമ്മ പറഞ്ഞു, “ആരും കൂടുതലൊന്നും അന്വേഷിക്കേണ്ട. ഇങ്ങോട്ട് കൂട്ടി വന്നേക്കണ്ട.”

ആരെങ്കിലുമൊക്കെ ഭാര്യയെക്കുറിച്ച് അന്വേഷിച്ചാൽ പറയും, “അവളിപ്പോൾ സുഖമായിരിക്കുന്നു.”

* * *

ഗ്ലാസിൽ ഓറഞ്ച് ജ്യൂസ് തീർന്നപ്പോഴാണ് ഞാനിത്ര നേരവും എന്തൊക്കെയോ ചിന്തിച്ചിരിക്കുകയായിരുന്നുവെന്ന് മനസ്സിലായത്. കണ്ണനെ നോക്കിയപ്പോൾ അവനും എന്തോ ആലോചനയിലാണ്.

“എന്താ കണ്ണാ, ഇത്ര കാര്യമായി ആലോചിക്കുന്നത്? ചേച്ചിയോട് പറയൂ?”

“ഞാൻ ഇളയച്ഛനെക്കുറിച്ച് ആലോചിച്ചതാ. എല്ലാവർക്കും ആവശ്യത്തിന് മാത്രമേ ആളുകളെ വേണ്ടിവരൂ. നമ്മുടെ ആവശ്യം കഴിഞ്ഞാൽ അതെല്ലാം ചെയ്തു തരുന്നവരെ മറക്കും അല്ലേ?”

“കണ്ണാ, ആർക്കും ആരെയും മറക്കാനാവില്ല. ചെയ്ത് തന്നതൊന്നും ആരും മറക്കില്ല. മറന്നതായി അഭിനയിക്കുന്നതാണ്. നന്ദിയും കടപ്പാടും കാണിക്കേണ്ടി വരുമെന്ന് കരുതി ഏറ്റവും നന്നായി നമ്മൾ അഭിനയിക്കുന്നത് ജീവിതത്തിലാണ്. പക്ഷേ അതിന് അവാർഡില്ല. കടന്നുവന്ന വഴി മറന്നുപോയാൽ മുന്നോട്ടേക്ക് പോകുന്ന വഴി തെറ്റിപ്പോകും.”

ഏഴ്

"**അ**നിലേട്ടാ, പിന്നീട് കാണാം. ഇനി കുറച്ചു ദിവസം ഞങ്ങൾ തന്നെയായിരിക്കും."

അതും പറഞ്ഞ് ഞാനും കണ്ണനും ഹോട്ടലിൽ നിന്നുമിറങ്ങി നേരെ പാൽസൊസൈറ്റിയിലേക്ക് നടന്നു. വഴിയിൽ കാണുന്നവരൊക്കെ ഇളയച്ഛനെക്കുറിച്ച് അന്വേഷിച്ചു. കാർപെന്റർ സുരേന്ദ്രേട്ടൻ ബേക്കറിയിലെ മുകുന്ദേട്ടൻ, പിന്നെ ഗോപാലൻ മാഷ്, അങ്ങനെ അങ്ങനെ...

സൊസൈറ്റിയിൽ എത്തിയപ്പോൾ പ്രകാശേട്ടൻ വന്നിട്ടുണ്ട്, ആമിനുമ്മ ഓടിക്കിതച്ചു വരുന്നു. ഉമ്മയുടെ പശുവിന്റെ പാൽ തന്നെ വാങ്ങണമെന്ന് വിട്ടിൽ നിർബന്ധമാണ്. ഒരൊറ്റ പശുവിന്റെ പാലാണ് ഉമ്മ തരുന്നത്. വെള്ളവും ചേർക്കില്ല. ഇവരോടെനിക്ക് നല്ല ബഹുമാനമാണ്. മാതൃകയാക്കേണ്ട സ്ത്രീ. ഇവരുടെ ഭർത്താവിന് ഹൽവയുണ്ടാക്കുന്ന ജോലിയാണ്. സീസണിൽ മാത്രമേ നല്ല ജോലി കാണൂ. കുടുംബത്തിലാണെങ്കിൽ കുറെയാളുകളുമുണ്ട്. ഉമ്മ ഭർത്താവിനൊപ്പം കുടുംബഭാരമേറ്റെടുത്തു. പശുവിനെ വളർത്തിയും ചെറിയ ചെറിയ ചായക്കടകളിൽ അപ്പം, പുട്ട് പോലുള്ള പലഹാരങ്ങളും കേക്ക്, കുഴലപ്പം പോലുള്ള സ്നാക്സ് ഉണ്ടാക്കിക്കൊടുത്തും വീടിനോട് ചേർന്നുള്ള സ്ഥലത്ത് പച്ചക്കറി നട്ടും വരുമാനമുണ്ടാക്കി. ഉമ്മ ഉണ്ടാക്കുന്ന പലഹാരങ്ങൾക്ക് നല്ല രുചിയാണ്. മായവും ചേർക്കില്ല.

"ഇന്ന് മക്കളാണോ വന്നിരിക്കുന്നത്? ഇളയച്ഛന് അസുഖം കൂടിയല്ലേ?" ഉമ്മ ചോദിച്ചു.

ചിരിച്ചുകൊണ്ട് ഞാൻ തലയാട്ടി.

പ്രകാശേട്ടന് പാത്രം മാത്രം കൊടുത്താൽ മതി. അളവ് പറയേണ്ട.

പാല് തരുന്നതിനിടയിൽ പ്രകാശേട്ടൻ പറഞ്ഞു, "നാളെ വരുമ്പോൾ അഡ്മിറ്റ് ചെയ്ത റൂമിന്റെ നമ്പറും ഏത് ഭാഗത്താണ് എന്നതിന്റെ ഡീറ്റെയിൽസും ഒന്ന് പറഞ്ഞു തരണം. വെൽകെയർ ഹോസ്പിറ്റലിൽ കണ്ടുപിടിക്കാൻ ഇത്തിരി പാടാണ്. എനക്കൊന്നു പോയിക്കാണാനാ."

ശരിയെന്ന് പറഞ്ഞ് ഞങ്ങൾ അവിടെനിന്നും മടങ്ങി. അപ്പോഴേക്കും 5.40ന്റെ ശ്രീകൃഷ്ണ ബസ് എത്തിയിരിക്കുന്നു. ടൗണിൽ നിന്നും അമ്പലത്തിലേക്കുള്ള ഫസ്റ്റ് ബസ്സാണ്. ആളുകളുടെ നല്ല തിരക്കുണ്ട്. ദിവസം കഴിയുന്തോറും ആളുകളുടെ ആവശ്യങ്ങളും പ്രശ്നങ്ങളും കൂടിക്കൂടി വരുന്നു. അതുകൊണ്ടുതന്നെ ഈ റൂട്ടിലേക്കുള്ള ബസ്സിന്റെ എണ്ണവും കൂടി വരുന്നു. ഈശ്വരനെ തേടിയുള്ള ഓട്ടത്തിനിടയിൽ ചുറ്റുപാടും നടക്കുന്ന സംഭവങ്ങളൊന്നും മനുഷ്യരറിയുന്നില്ല. പലതും മറക്കുന്നു. ക്ഷേത്രങ്ങളിൽ പോയി പ്രാർത്ഥിച്ചാൽ പ്രശ്നം തീരുമോ എന്നെനിക്കറിയില്ല. പക്ഷേ ഒരു കാര്യമെനിക്കറിയാം. ഈ ലോകത്തിൽ പ്രശ്നമില്ലാത്തവരായി ആരുമില്ല.

"മോളേ..."

പാർക്കിൽനിന്നും സുശീലമ്മയാണ് വിളിച്ചത്. അവരവിടെ ചെടികളൊക്കെ ശരിയാക്കിക്കൊണ്ടിരിക്കുകയാണ്. ഞാൻ ഒരു മിനിറ്റ് ശങ്കിച്ചു നിന്നു. ഇപ്പോ എനിക്കൊന്നുമവരോട് പറയാനില്ല. ഇവരുടെ അടുത്തേക്ക് പോകണോ? അല്ല, ശരി എന്ന അർത്ഥത്തിൽ കൈ വീശി കാണിച്ച് നേരെ വീട്ടിലേക്ക് പോകണോ? അപ്പോൾ അമ്മ എന്നും പറയുന്ന വാക്കുകൾ ഓർമ്മയിൽ വന്നു. ഒരാൾക്ക് ഒരു കാര്യം ചെയ്തു കൊടുക്കാമെന്ന് പറഞ്ഞ് ഏറ്റെടുത്താൽ, അക്കാര്യം ചെയ്തു കൊടുക്കാൻ വൈകിയാൽ, അത് മറന്നിട്ടില്ലെന്ന് ഇടയ്ക്ക് ഓർമ്മിപ്പിക്കുന്നത് അവർക്ക് വലിയ ആശ്വാസമായിരിക്കും.

ഞാൻ നേരെ പാർക്കിലേക്ക് നടന്നു, ചിരിച്ചുകൊണ്ട് എന്നെ നോക്കി നിൽക്കുന്ന അവരുടെ മുഖത്ത് ഒരു പ്രതിക്ഷയുള്ളതു പോലെ തോന്നി.

"അമ്മേ, ഞാൻ മറന്നിട്ടില്ല. തീർച്ചയായും സാധിപ്പിച്ചുതരും. അമ്മ നന്നായി ഈശ്വരനെ പ്രാർത്ഥിക്കൂ."

"ശരിയും നന്മയും ചെയ്യുന്നവരുടെ പ്രാർത്ഥനയല്ലേ മോളെ ഈശ്വരൻ കേൾക്കൂ."

"അമ്മ... അതൊക്കെ കഴിഞ്ഞ കഥയല്ലേ. തെറ്റും തിന്മയും തിരിച്ചറിഞ്ഞാൽ മതി, നന്മയും ശരിയും ചെയ്തില്ലെങ്കിലും."

അവരുടെ കണ്ണുകളിൽ കണ്ണുനീർ നിറഞ്ഞു.

“ഈ കണ്ണീരാണ് അമ്മേ, ഇന്ന് എന്റെ സങ്കടം. മക്കൾ വരാൻ പത്തു മിനിറ്റ് വൈകിയാൽ എല്ലാ കാര്യവും മാറ്റിവെച്ച് നോക്കിയിരിക്കുന്ന ഒരമ്മയുടെ മോളാണ് ഞാൻ. ആ എനിക്ക് ഈ കണ്ണീരിൽ ഒഴുകുന്ന വേദനയും ദുഃഖവും മനസ്സിലാക്കാനാകും. കുറച്ചു സമയം വേണമെന്നേ ഉള്ളൂ. ഒരേയൊരു തവണ അമ്മയുടെ ആഗ്രഹം ഞാൻ നടത്തിത്തരും.”

“മോള് പറഞ്ഞാൽ എനിക്ക് വിശ്വാസമാണ്. ഈയൊരു കാത്തിരിപ്പാണ് ഇന്ന് എന്റെ ജീവിതം മുന്നോട്ടു കൊണ്ടുപോകുന്നത്.”

“ശരി അമ്മേ. ഞങ്ങൾ ഇന്ന് കുറച്ചു വൈകി.”

അപ്പോഴാണ് സുശീലമ്മയെ തന്നെ നോക്കി നിൽക്കുന്ന കണ്ണനെ ഞാൻ ശ്രദ്ധിച്ചത്. ഇനി അവന്റെ ചോദ്യത്തിന് എന്തായാലും ഞാനുത്തരം പറയേണ്ടിവരും.

“ചേച്ചീ, എന്താ ഈ അമ്മ പറയുന്നേ? ഈ പ്രായത്തിലും ജോലി ചെയ്തു ജീവിക്കുന്ന ഇവരെ കാണുമ്പോൾ വിഷമം തോന്നുന്നു. എന്തിനാ ഈ അമ്മയെക്കൊണ്ട് ജോലി ചെയ്യിക്കുന്നത്? ഇവരെ സഹായിക്കാനാരുമില്ലേ?”

“കണ്ണാ, ഈ ജോലിയിൽനിന്നും കിട്ടുന്ന വരുമാനമാണ് ഇന്ന് ഈയമ്മയുടെ ജീവിതമാർഗം. നേരത്തെയുള്ള വാർഡ് മെമ്പർ ചെയ്തു കൊടുത്ത ഒരു സഹായമാണ് ഈ ജോലി. മുഹമ്മദ് എന്നു പറയുന്നൊരാളിന്റെ നിസ്വാർത്ഥമായ സേവനമാണ് ഇന്നീ പാർക്ക്. നമ്മൾ കാണുന്നതിന്റെയും കേൾക്കുന്നതിന്റെയും പിറകിൽ കുറെ കാര്യങ്ങൾ മറഞ്ഞുകിടക്കുന്നുണ്ട്. നമുക്കുള്ള അറിവ് കുറവാണ്. അറിയാത്തതാണ് കൂടുതലും. നമ്മുടെയൊക്കെ അറിവിൽ ഈ പാർക്ക് ഇംഗ്ലീഷ് പാർക്കാണ്. പക്ഷേ യഥാർത്ഥത്തിൽ ഇതിന്റെ അവകാശി മറ്റൊരാളാണ്.

മുഹമ്മദ് എന്ന പേരിൽ നല്ല ഒരു പ്രകൃതിസ്നേഹിയായ മനുഷ്യൻ വളരെ മുമ്പ് ഈ നാട്ടിലുണ്ടായിരുന്നു. ബീഡിതെറുക്കുന്ന ജോലിയായിരുന്നു അയാൾക്ക്. അതിൽനിന്നും കിട്ടുന്ന തുച്ഛമായ വരുമാനംകൊണ്ട് ജീവിക്കാൻ കുടുംബത്തിൽ ഒരുപാട് ആളുകൾ ഉണ്ട്. അതുകൊണ്ടുതന്നെ ദാരിദ്ര്യവും കഷ്ടപ്പാടുമായിരുന്നു കൂട്ട്. പാർക്കിനടുത്തുള്ള ആൽമരത്തിന്റെ ചുവട്ടിലിരുന്നാണ് അയാളാ ജോലി ചെയ്തുകൊണ്ടിരുന്നത്. ആശ്വാസത്തിനും സന്തോഷത്തിനും വേണ്ടി ആയിരിക്കണം, അയാൾ അവിടെയൊക്കെ മരങ്ങളും ചെടികളും വച്ചുപിടിപ്പിച്ചു. ആ പരിസരങ്ങളൊക്കെ എന്നും അടിച്ചുവാരി വൃത്തിയാക്കും. എന്നും രാവിലെയും വൈകുന്നേരവും

ചെടികൾക്ക് വെള്ളമൊഴിക്കും. അയാൾ ചെടികളോട് സംസാരിക്കും. ഒരുപക്ഷേ അത് അയാളുടെ സങ്കടങ്ങളായിരിക്കാം.

പ്രതിഫലമില്ലാതെ വൃത്തിയാക്കുകയും ചെടികളോട് സംസാരിക്കുകയുമൊക്കെ ചെയ്തപ്പോൾ, കാണുന്നവർ അയാൾക്ക് എന്തോ മാനസികപ്രശ്നമുണ്ടെന്നു പറഞ്ഞു. നന്മ ചെയ്യുന്ന ആളിനെ എന്നും സമൂഹം നോക്കിക്കാണുന്നതങ്ങനെയാണല്ലോ. ആ ചെടികളും മരങ്ങളും നിൽക്കുന്ന സ്ഥലത്ത് ഏതോ കുറച്ചു പേർ ചേർന്ന് മരത്തിന്റെ ബോർഡിൽ 'മുഹമ്മദിന്റെ പുഷ്പവാടി' എന്നെഴുതി വെച്ചു. അയാൾ മരിക്കുന്നതുവരെ ഈ പ്രവർത്തനങ്ങൾ തുടർന്നു. പിന്നീടാരും ഇതൊന്നും ശ്രദ്ധിക്കാതെയായി.

സത്യത്തെ മറക്കാനും ചരിത്രത്തെ മാറ്റാനും കഴിയുന്ന രാഷ്ട്രീയ ശക്തികൾ ഈ നാടുമായി ബന്ധമില്ലാത്ത ഒരു മൺമറഞ്ഞുപോയ നേതാവിന്റെ പേര് ഈ പാർക്കിനിടാൻ തീരുമാനിച്ചു. ഭരണപക്ഷത്തിന്റെ ഏത് തീരുമാനത്തേയും എതിർക്കുന്ന പ്രതിപക്ഷം കാര്യമൊന്നുമറിയില്ലെങ്കിലും അതിനെ എതിർത്തു. അങ്ങനെ ഇത് ഇംഗ്ലീഷ് പാർക്ക് ആയി. പഞ്ചായത്ത് ഏറ്റെടുത്ത് ഈ പാർക്കും പരിസരവും വൃത്തിയാക്കുന്ന ജോലി സുശീലമ്മയ്ക്ക് കൊടുത്തു.

ദേശത്തിന്റെ കഥയറിയാത്തവരും സമൂഹവുമായി അധികം ബന്ധവുമില്ലാത്ത ആളുകളാണ് ഇന്ന് ജനപ്രതിനിധികളായി വിജയിച്ചു പോകുന്നത്. അവർക്ക് ഈ പാർക്കോ മുഹമ്മദിന്റെ ചരിത്രമോ അറിയില്ല.

"സംസാരിച്ചു നടന്നപ്പോൾ വീടെത്തിയത് അറിഞ്ഞില്ല അല്ലേ ചേച്ചി."

പാലുമായി കണ്ണൻ നേരെ അവന്റെ വീട്ടിലേക്കും ഞാൻ തറവാട്ടിലെ അകത്തേക്കും നടന്നു. മേശപ്പുറത്ത് പാലു വയ്ക്കുമ്പോൾ ചന്ദ്രമ്മാവനെ കണ്ടു. എന്നെ മൈൻഡ് ചെയ്യാതിരിക്കുന്നു.

"എങ്ങനെയുണ്ടമ്മാവാ ഇളയച്ഛന്?"

"രാവിലെ ഓഫീസിൽ പോകുമ്പോൾ നീയൊന്ന് ഹോസ്പിറ്റലിൽ ഇറങ്ങിനോക്ക്. അപ്പൊ കാര്യങ്ങളൊക്കെ കൃത്യമായി മനസ്സിലാക്കാം."

പിന്നെ ഞാൻ ഒന്നും പറഞ്ഞില്ല. വീട്ടിലേക്ക് നടന്നു.

എന്നെ കണ്ടപ്പോൾ അമ്മ ചോദിച്ചു, "ചന്ദ്രൻ വരുന്നത് കണ്ടു. എങ്ങനെയുണ്ട് ഇളയച്ഛന്?"

"നേരിൽ പോയി അന്വേഷിക്കാൻ പറഞ്ഞു. നല്ല ദേഷ്യത്തിലാണ്."

"എല്ലാവരുടെയും ദേഷ്യവും പരിഭവവും മാറും. ഇന്ന് മുതൽ രാത്രി ഞാൻ പോകും ഹോസ്പിറ്റലിൽ." ദീപു പറഞ്ഞു.

ഞാനവനെത്തന്നെ നോക്കി. എന്റെ നോട്ടത്തിന്റെ അർത്ഥം അവനു മനസ്സിലായിക്കാണണം.

അവൻ വീണ്ടും പറഞ്ഞു, "ആരുമില്ലാത്ത, പ്രായമുള്ള ഒരു മനുഷ്യനല്ലേ. എന്നെ ഇഷ്ടമല്ല എന്നും കാണുന്നതുതന്നെ ദേഷ്യമാണെന്നും കഴിഞ്ഞ പ്രാവശ്യം ചെയ്തതൊക്കെ എനിക്ക് ഓർമ്മയുണ്ട്. പക്ഷേ ഒരാൾ തളർന്നിരിക്കുമ്പോൾ വാശി കാണിക്കുന്നത് നല്ലതല്ല. ജീവിച്ചിരിക്കുമ്പോൾ നമ്മൾ എന്നും കുറ്റം കണ്ടുപിടിക്കാൻ ശ്രമിക്കും. ആ വ്യക്തി ഇല്ലാതായാൽ അവരുടെ നന്മ പറഞ്ഞു നടക്കും. എന്നെ കുട്ടിക്കാലത്ത് എടുത്ത് നടന്നിട്ടുണ്ടാവും, വല്ലപ്പോഴുമൊക്കെ. വല്ലപ്പോഴുമൊക്കെ സ്നേഹിച്ചിട്ടുമുണ്ടാകും. ആളുകളുടെ നല്ല പ്രവർത്തി മാത്രം ഓർക്കാനും കാണാനും ശ്രമിക്കണം."

എട്ട്

വെൽകെയർ ഹോസ്പിറ്റൽ കണ്ടുകൊണ്ടാണ് ഞാൻ ഓഫീസിൽ പോകുന്നതും വരുന്നതും. ഒരിക്കൽപോലും അവിടെയിറങ്ങി ഇള യച്ഛനെയൊന്ന് കാണാൻ ഞാൻ പോയില്ല, പോകണമെന്ന് എനിക്ക് തോന്നിയില്ല. അതിന് നല്ലൊരു എക്സ്ക്യൂസും എനിക്ക് പറയാ നുണ്ടായിരുന്നു.

"നാട്ടിലു മുഴുവൻ പനിയാണ്. അതെങ്ങാനും എനിക്ക് പിടി പെട്ടാൽ ഞാൻ ലീവെടുക്കേണ്ടി വരും. പെർമനന്റ് അല്ലാത്ത എന്റെ ജോലിയെ അത് ബാധിക്കും."

അതെല്ലാവരും ശരി വെച്ചു. വീടിനുള്ളിൽ ഇരുന്നാലും അസുഖം വരും. പക്ഷേ ഞാൻ ഭയന്നത് മറ്റൊന്നാണ്. കാണാൻ പോയാൽ ഇളയച്ഛൻ പിന്നെന്റെ തലയിലാവും. അതിൽ നിന്നെനിക്ക് ഒഴിഞ്ഞു മാറാനാകില്ല. അതുകൊണ്ട് പോകാതിരിക്കുന്നതാണ് നല്ലത്. ക്ലാസ് ഉണ്ടെന്ന് പറഞ്ഞ് അപ്പുവും മാറി നിന്നു. വല്യമ്മായിയും അമ്മയും പോയില്ല. ജോലിത്തിരക്കുണ്ടെന്ന് പറഞ്ഞ് വീട്ടിലേക്ക് മടങ്ങി വരു മ്പോൾ വല്ലപ്പോഴും വല്യമ്മാവനവിടെ ഇറങ്ങിയൊന്നു കാണും. അച്ഛനെന്നും പോകും. എങ്ങനെയുണ്ടെന്ന് അമ്മ ചോദിച്ചാൽ പറയും, "വാശി മാറ്റിവെച്ച് നിങ്ങൾക്കൊന്നു പോയി കണ്ടൂടേ. ഞാൻ പറയില്ല."

അതോടെ അമ്മയും ചോദിക്കാതായി. നാലുദിവസം രാത്രിയിൽ പോയപ്പോൾ ദീപുവിന് പനി പിടിച്ചു. പിന്നെ അവനും പോകാ തായി. രാവിലെ ചന്ദ്രമ്മാവനും ഉച്ചയ്ക്ക് അമ്മായിയും രാത്രിയിൽ ശ്രീരാമമ്മാവനും കൃത്യമായി ഭക്ഷണമെത്തിക്കും. അതും ഇളയച്ഛ നിഷ്ടമുള്ളതല്ല. നോൺവെജ് കഴിക്കാനിഷ്ടമുള്ളയാളിന് വെജി റ്റേറിയനാണ് കൊടുക്കുന്നത്.

പകൽ മിക്കസമയവും രാത്രിയിൽ മുഴുവൻ സമയവും ഇളയച്ഛൻ ഹോസ്പിറ്റലിൽ ഒറ്റയ്ക്കായിരുന്നു. ശ്രീദേവിയാന്റി ആരോടും

പറയാതെ ഹോസ്പിറ്റലിൽ പോയി ഇളയച്ഛനെ കണ്ടിട്ട് തറവാട്ടിൽ വരാതെ തിരിച്ചുപോയി. അതറിഞ്ഞപ്പോഴെനിക്ക് വിഷമം തോന്നി. കല്യാണത്തിന് മുമ്പ് ആന്റിയെപ്പോഴും പറയുമായിരുന്നു, “ഞാൻ ഇവിടെ നിന്നും പോയാൽ പിന്നീടൊരിക്കലും ഈ വീട്ടിലേക്ക് തിരിച്ചു വരില്ല. ഇതിനടുത്തു വന്നാലും ഈ ഹൈവേ വഴി യാത്ര ചെയ്താലും ഇങ്ങോട്ട് വരില്ല.”

പക്ഷേ കല്യാണത്തിനുശേഷം അങ്ങനെ പ്രവർത്തിച്ചില്ല. അമ്മൂമ്മയുടെ ക്രൂരമായ വാക്കും പ്രവർത്തിയുമാണ് ആന്റിയെ ക്കൊണ്ട് അങ്ങനെ പറയിപ്പിച്ചത്. “നിന്നെയാരും കല്യാണം കഴിച്ചു കൊണ്ടു പോകില്ല. നീ കല്യാണമാകാതെ ഈ വീടിനകത്തുതന്നെ കഴിയേണ്ടി വരും.”

ആന്റിയെ പെണ്ണുകാണാൻ ആരെങ്കിലും വന്നാൽ അവർ കാണ ത്തക്കവിധത്തിൽ മുറ്റത്തോ പൂന്തോട്ടത്തിലോ കത്തിയോ അരി വാളോ പൊക്കിപ്പിടിച്ചു നിൽക്കും. ഒരുതരം നിസ്സഹകരണമാണ് അമ്മമ്മയുടെ പ്രവർത്തി. അങ്ങനെ ഒരുപാട് കല്യാണാലോചനകൾ മുടങ്ങിപ്പോയിട്ടുണ്ട്. ശ്രീദേവിയാന്റിയെക്കാൾ പത്തു വയസ്സ് ചെറു തായ ഗായത്രിയാന്റിയുടെ കല്യാണം ആദ്യം നടത്തണമെന്നാണ് അമ്മമ്മയുടെ ആഗ്രഹം. എല്ലാവരോടും ഒരുതരം വാശിയും ദേഷ്യ വുമായിരുന്നു ആന്റിക്ക്. ഇളയച്ഛനെ ഇഷ്ടമല്ലായിരുന്നു. എന്നാൽ കല്യാണത്തിനുശേഷം സ്വഭാവമൊക്കെ മാറി, ഇളയച്ഛനോടുള്ള ഇഷ്ടം കൂടി എന്നും പറയും. “ഇത്ര ദൂരം എന്റെ സുഖവിവരം അന്വേഷിച്ചു വരുന്ന എന്റെ ഒരേയൊരു ബന്ധു ഇളയച്ഛൻ മാത്ര മാണ്.”

ഇപ്പോൾ വീട്ടിൽ വരാതെ പോയതിന്റെ കാരണം എന്താണെ ന്നറിയാൻ ഞാൻ ആന്റിയെ വിളിച്ചു ചോദിച്ചു. ചിരിക്കുകയല്ലാതെ മറ്റൊന്നും പറഞ്ഞില്ല. നമുക്കിടയിൽ നടക്കുന്ന പോര് അറിഞ്ഞി ട്ടാണോ? സ്വയം മനസ്സിലാക്കാൻ സാധ്യതയില്ല. ആരെങ്കിലും വിളി ച്ചറിയിച്ചു കാണും. അതിനുള്ള ആളുകളൊക്കെയിവിടെ ഇഷ്ടം പോലെയുണ്ട്. അമ്മമ്മയുടെ പ്രവർത്തി അച്ഛപ്പനെയും ഒരുപാട് വേദനിപ്പിച്ചിട്ടുണ്ട്. ഒരിക്കൽ വയലിൽ ജോലി ചെയ്യുന്നവരോട് സങ്കടത്തോടെ അച്ഛപ്പൻ പറയുന്നത് ഞാൻ കേട്ടു, എല്ലാത്തിനും കാരണം ആ മാധവിക്കുട്ടിയാണ്. എന്റെ മക്കളെ നോക്കാൻ ആളി ല്ലെന്ന് പറഞ്ഞാണ് ഞാൻ ഇവളെ കല്യാണം കഴിച്ചത്. ഇപ്പോൾ തോന്നുന്നു ഇതൊന്നും വേണ്ടിയിരുന്നില്ലെന്ന്. ഒരുപാട് സങ്കടങ്ങൾ മനസ്സിൽ ഒതുക്കിപ്പിടിച്ചതുകൊണ്ടാണോ അച്ഛപ്പൻ ഹാർട്ട് അറ്റാ ക്കായി മരിച്ചുപോയതെന്ന് പലപ്പോഴുമെനിക്ക് തോന്നിയിട്ടുണ്ട്.

ഞങ്ങളെ അത്ഭുതപ്പെടുത്തുന്ന വിധത്തിലാണ് ചന്ദ്രമ്മാവനും ശ്രീരാമമ്മാവനും ഹോസ്പിറ്റലിലെ മെഡിക്കൽ എക്സ്പെൻസൊക്കെ ചെയ്യുന്നത്. മെഡിസിൻ വാങ്ങിയതിന്റെയും ടെസ്റ്റ് ചെയ്തതിനുമൊക്കെ ചെലവായ എമൗണ്ടിന്റെ ബില്ല് എന്നും ഞങ്ങൾക്ക് കാണിച്ചു തരും. ഇവരുടെ ഈ മനംമാറ്റത്തിൽ ഞങ്ങൾക്കതിശയം തോന്നി, മനസ്സിൽ ആശ്വാസവും. ആരുമൊന്നും പറഞ്ഞില്ല. ഞാനും അമ്മയും പരസ്പരം സംസാരിച്ചു, "ചന്ദ്രൻ പിന്നെയും പൈസ ചിലവാക്കും. പക്ഷേ ശ്രീരാമൻ മുറിഞ്ഞ കൈയ്ക്ക് ഉപ്പ് തേയ്ക്കാത്തവനാണ്. ഇപ്പോഴിവർക്കിതെന്ത് സംഭവിച്ചു?"

ഒരു വാശി പോലെയാണ് ഇവർ ഇളയച്ഛനുവേണ്ടി പൈസ ചിലവാക്കുന്നത്. എല്ലാം ശ്രീരാമന്റെ നിയന്ത്രണത്തിലാണ്. ചന്ദ്രൻ അവൻ പറയുന്നതനുസരിക്കുന്നുവെന്ന് മാത്രം. "അമ്മമ്മയും മക്കളും നേരത്തേ ഒരു ഗ്രൂപ്പാണ്. അവരുടെ ആഗ്രഹമിപ്പോൾ വിജയിച്ചുകൊണ്ടിരിക്കുന്നു, നിങ്ങൾ അഞ്ചുപേരെയും പരസ്പരം അകറ്റുക. ചന്ദ്രമ്മാവൻ ഏകദേശം അവരോടൊപ്പമായി. മറ്റുള്ളവർ പരോക്ഷമായി പിന്തുണയ്ക്കുന്നുണ്ടാവും എല്ലാവർക്കും മാറ്റിനിർത്തേണ്ടത് അമ്മയെയാണ്. നമ്മളൊന്നിലും ഇടപെടേണ്ട തൽക്കാലം മാറിനിന്ന് നോക്കിക്കാണാം. അല്ലെങ്കിലും ഇളയച്ഛനെ സംരക്ഷിക്കേണ്ടത് അവർ തന്നെയാണ്, ഞങ്ങളെ വഴക്കു പറയുന്നതും അകറ്റി നിർത്തുന്നതും ഇളയച്ഛന്റെ ഇഷ്ടംകൊണ്ടാണെങ്കിൽ പോലും അതിനവരുടെ പിന്തുണയുണ്ട്. അതവരുടെ ആവശ്യമാണ്. അല്ലാതെ ഞങ്ങളോടിങ്ങനെ പെരുമാറാൻ ഇളയച്ഛനിത്ര ധൈര്യം വരില്ല."

ദിവസങ്ങൾ കടന്നുപോയിക്കൊണ്ടിരിക്കുന്നു. ഇളയച്ഛന്റെ ആരോഗ്യസ്ഥിതിയെക്കുറിച്ച് അന്വേഷിച്ചാൽ അവർ ഞങ്ങളോട് ഒന്നും പറയില്ല, ഞാൻ ഹോസ്പിറ്റലിൽ വിളിച്ച് എനിക്ക് പരിചയമുള്ള ശോഭ സിസ്റ്ററിനോടന്വേഷിക്കും. "ആ വയസ്സായ ആളല്ലേ? അയാൾക്കിപ്പോൾ പ്രശ്നമൊന്നുമില്ല." അവർ പറയും.

ഒരു ദിവസം അമ്മ തറവാട്ടിൽ പോയി ചോദിച്ചു, "ഇളയച്ഛന്റെ സ്വന്തമെന്നു പറയുന്നത് സാവിത്രി ഇളയമ്മയും മക്കളുമല്ലേ? അസുഖമായി ഹോസ്പിറ്റലിൽ അഡ്മിറ്റ് ചെയ്ത കാര്യം ഞാൻ അവരെ വിളിച്ചറിയിച്ചോട്ടെ?"

പക്ഷേ ചന്ദ്രൻമ്മാവൻ സമ്മതിച്ചില്ല.

"അറിയിച്ചാൽ അവർ വന്നൊന്ന് കണ്ടിട്ട് പോകും. അതിൽ കൂടുതലൊന്നും ചെയ്യില്ല. അതുകൊണ്ട് വേണ്ട."

അമ്മ വീണ്ടും പറഞ്ഞു, "ഇളയച്ഛന് ചിലപ്പോൾ അവരെ കാണാൻ ആഗ്രഹമുണ്ടാകും. പുറത്തു പറയുന്നില്ലെന്നേയുള്ളൂ. ഉള്ളിൽ നല്ല സ്നേഹം കാണും."

"ഇളയച്ഛന്റെയാളുകളായി ഇനി ഞങ്ങൾ മതി. മറ്റാരും വേണ്ട." ശ്രീരാമമ്മാവൻ പറഞ്ഞു.

പിന്നെ അമ്മയൊന്നും പറഞ്ഞില്ല. ദിവസങ്ങൾ ഓരോന്നായി കടന്നുപോകുംതോറും ഇളയച്ഛന്റെ ന്യൂസിന്റെ പ്രാധാന്യം കുറഞ്ഞു കുറഞ്ഞു വന്നു. ഫ്രണ്ട് പേജിൽ വന്നുകൊണ്ടിരുന്ന വാർത്ത ഉൾ പേജിലെ ഒരു സൈഡിൽ ഒതുങ്ങിയതു പോലെയായി.

അന്നൊരു ബുധനാഴ്ചയായിരുന്നു പ്രധാനപ്പെട്ടൊരു കാര്യം സംസാരിക്കാനുണ്ടെന്ന് പറഞ്ഞ് രാത്രിയിൽ ചന്ദ്രമ്മാവൻ തറവാട്ടി ലേക്ക് എല്ലാവരെയും വിളിച്ചു. ഞങ്ങളൊക്കെ ആകാംക്ഷയോടെ പോയി.

അമ്മാവൻ പറഞ്ഞു, "ഇളയച്ഛനെ ഹോസ്പിറ്റലിൽ അഡ്മിറ്റ് ചെയ്തിട്ട് മൂന്നാഴ്ച കഴിഞ്ഞിരിക്കുന്നു. ഇതിനകംതന്നെ ഒരു നല്ല എമൗണ്ട് ചിലവായി. ഇനി ഹോസ്പിറ്റലിൽ തുടരാനാവില്ല. പൈസ യ്ക്ക് പ്രശ്നം വരും. അതുകൊണ്ട് ഡിസ്ചാർജ്ജ് വാങ്ങണം. ഇള യച്ഛന്റെ അസുഖം പൂർണ്ണമായും ഭേദമായിട്ടില്ല. ഒരാളിന്റെ സഹായ മില്ലാതെ മുന്നോട്ടുപോവാനാവില്ല. ഹോസ്പിറ്റലിൽനിന്ന് എവി ടേക്ക് കൊണ്ടുവരും? ആരു നോക്കും?"

ഒരു നിമിഷംപോലുമാലോചിക്കാതെ വലിയമ്മാവൻ ഉത്തരം പറഞ്ഞു. "ഇളയച്ഛനിവിടെ വരും. അല്ലാതെവിടെ പോകാൻ?'"

തറവാട്ടിലേക്ക് മടക്കിക്കൊണ്ടുവരുന്നതിൽ താല്പര്യക്കുറവുള്ള ആളുകളുണ്ടെങ്കിലും അവരാരും എതിർത്തൊന്നും പറഞ്ഞില്ല. ഒരു പാട് വർഷങ്ങളായി പലരും ചോദിച്ചുകൊണ്ടിരുന്ന ചോദ്യത്തിന്റെ ഉത്തരം കിട്ടിയ നിമിഷമായിരുന്നു എനിക്കത്. അച്ഛപ്പൻ ഏഴു മക്കൾക്കും സ്വത്ത് ഭാഗം വച്ച് കൊടുത്തപ്പോൾ വീടും കുറച്ചു സ്ഥലവും പൊതുസ്വത്തായി വച്ചു. രേഖാമൂലം ഇളയച്ഛന് ഈ വീട്ടിൽ അവകാശമില്ലെങ്കിലും ധൈര്യമായി ഇവിടെ താമസിക്കാം. ആർക്കും തടസ്സം നിൽക്കാനാവില്ല. ഇളയച്ഛന്റെ സംരക്ഷണം അച്ഛ പ്പൻ ഉറപ്പുവരുത്തിയതായിരുന്നു. ഭാവിയിൽ മക്കൾ ഏഴുപേരുടെ യുമിടയിൽ യോജിപ്പുണ്ടാകില്ലെന്ന് മുൻകൂട്ടി കണ്ടിരുന്നു, ഏഴുപേരി ലൊരാളിന്റെ സപ്പോർട്ടുണ്ടെങ്കിൽ ഇളയച്ഛന് ഈ വീട്ടിൽ താമ സിക്കാം.

ചന്ദ്രമ്മാവൻ ചോദിച്ചു, "പക്ഷേ ആരും നോക്കും?"

"നിങ്ങൾ ഏഴുപേരെയും കുഞ്ഞുനാളിൽ ഇളയച്ഛനല്ലേ നോക്കിയത്. അതുകൊണ്ട് നിങ്ങൾ ഏഴുപേരും നോക്കണം."

അമ്മ നോക്കേണ്ടതിനു പകരം ഞാൻ നോക്കും എന്ന് ചേച്ചി പറഞ്ഞു.

"ജയകൃഷ്ണന് കാര്യങ്ങളൊന്നുമറിയില്ല. ശ്രീദേവിക്ക് ദൂരത്തുനിന്നുവന്നു നോക്കാൻ ബുദ്ധിമുട്ടാകും. ചിലപ്പോൾ ഗായത്രി വന്നു നോക്കിയേക്കും. അപ്പോൾ നോക്കേണ്ടത് നമ്മൾ നാലുപേരുമാണ്." വല്യമ്മാവൻ പറഞ്ഞു.

"ഞങ്ങളെക്കൊണ്ടാവില്ല." ശ്രീരാമമ്മാവൻ പറഞ്ഞു.

"ഹോം നേഴ്സിനെ വെയ്ക്കാം." ഞാൻ പറഞ്ഞു.

"അവരുടെ ശമ്പളം ആര് കൊടുക്കും?" ശ്രീരാമമ്മാവാൻ ചോദിച്ചു.

"അതാണമ്മവാ ഞാൻ പറഞ്ഞുവരുന്നത്. അച്ഛപ്പന്റെ സ്വത്ത് നിങ്ങളേഴു മക്കളും വീതിച്ചെടുത്തു. ഇളയച്ഛനും അച്ഛപ്പന്റെ സ്വത്താണ്. നിങ്ങളേഴുപേരുംകൂടി ഹോംനേഴ്സിന്റെ ശമ്പളം ഷെയർ ചെയ്തു കൊടുക്കണം. ജയകൃഷ്ണമ്മാവൻ ഇതിന് സഹകരിക്കുമെന്ന് തോന്നുന്നില്ല. നിങ്ങളാറു പേരും തരണം. ഞാൻ കളക്ട് ചെയ്യാം. ഹോംനേഴ്സിനെ ഞാൻ വയ്ക്കാം."

എല്ലാവരും സമ്മതിച്ചു.

"ഡിസ്ചാർജിനെക്കുറിച്ച് നാളെ ഡോക്ടറോട് ജയരാമൻ സംസാരിക്കണം." അമ്മമ്മ പറഞ്ഞു.

എല്ലാവരും സന്തോഷമായി പിരിഞ്ഞു. പക്ഷേ എന്നെ സങ്കടപ്പെടുത്തിയത് അച്ഛന്റെ വാക്കുകൾ ആയിരുന്നു.

"ഹോംനേഴ്സിന്റെ ശമ്പളം നിന്റെ അമ്മാവന്മാർ കൊടുക്കണം. നിന്റെ അമ്മ തരില്ല." അച്ഛൻ തീർത്തു പറഞ്ഞു.

ഞാൻ അച്ഛനോട് തർക്കിച്ചു. "അച്ഛപ്പന്റെ സ്വത്തിന്റെ ഭാഗം അമ്മ വാങ്ങിയിട്ടുണ്ടെങ്കിൽ ഹോംനേഴ്സിന് ശമ്പളവും കൊടുക്കണം."

ഞങ്ങളുടെ തർക്കം വഴക്കിലെത്തിയപ്പോൾ അമ്മ ഇടപെട്ടു.

"പൈസ മോൾക്കമ്മ തരും. അച്ഛനോട് വഴക്ക് കൂടേണ്ട."

എനിക്കല്പം ആശ്വാസമായെങ്കിലും അച്ഛന്റെ ആ മനോഭാവം എനിക്ക് തീരെ ഇഷ്ടമായില്ല. വലിയമ്മാവൻ വ്യാഴാഴ്ച രാവിലെ തന്നെ ഡോക്ടറോട് സംസാരിച്ചു. രണ്ടു ദിവസം കഴിഞ്ഞ് ഡിസ്ചാർജ് ആകാമെന്ന് സമ്മതിച്ചു.

"വെള്ളിയും ശനിയും കഴിയട്ടെ. ഞായറാഴ്ച ഓഫീസ് ലീവാ യതുകൊണ്ട് ഡിസ്ചാർജ് നടക്കില്ല. തിങ്കളാഴ്ച പത്തുമണിക്ക് ശേഷം വന്നാൽ നിങ്ങൾക്കിയാളെ കൊണ്ടുപോകാം."

ഇളയച്ഛന്റെ വാർത്തയ്ക്ക് വീണ്ടും പ്രാധാന്യം കൂടി. ഞങ്ങൾക്കിടയിൽ അത് കൂടുതൽ ചർച്ചയായി. ഞായറാഴ്ച രാത്രി ഞങ്ങൾ വീണ്ടും തറവാട്ടിൽ മീറ്റിംഗ് കൂടി.

വലിയമ്മാവൻ പറഞ്ഞു, "രാവിലെ ചന്ദ്രൻ പതിവുപോലെ ബ്രേക്ക്ഫാസ്റ്റുമായി പോകണം. അതിനുശേഷം ശ്രീരാമൻ പോയി ബില്ലൊക്കെ ശരിയാക്കണം. ഉച്ചയാകുമ്പോഴേക്കും ഞാൻ പൈസയുമായി എത്തിക്കോളാം. ഹോംനേഴ്സിന്റെ കാര്യമെന്തായി? നീയതൊക്കെ അറേഞ്ച് ചെയ്തോ?" എന്നോട് ചോദിച്ചു.

"ഞാൻ നാളെ ഉച്ചവരെ ഓഫീസിലുണ്ടാകും. തിരിച്ചുവരുമ്പോൾ നഴ്സിനെയും കൊണ്ടുവരും. ഇളയച്ഛൻ വരുമ്പോൾ എന്തായാലും നാലുമണിക്കടുത്താവും. ഹോസ്പിറ്റലുകൾ നല്ല ബിസിനസ് മൈൻഡ് ഉള്ളവരാണ്. നാളെ അവർ ഒരു റൂമിന് രണ്ട് റെന്റ് വാങ്ങും. ഡിസ്ചാർജ് വൈകിച്ച് റൂമിൽ ഉള്ളവരോടും പുതിയവരെ അഡ്മിറ്റ് ചെയ്ത് അവരോടും. നാളെ മുതൽ എല്ലാ കാര്യങ്ങളും ലൈവ് ആണ്."

ഗുഡ്നൈറ്റ് പറഞ്ഞ് ഞങ്ങൾ പിരിഞ്ഞു.

ഒമ്പത്

കുറേ ദിവസങ്ങളായി സൂര്യന്റെ ചിരി ഒന്ന് കണ്ടിട്ട്. ശക്തമായ മഴയുടെ പ്രഹരത്തിൽ ചരിഞ്ഞു വീണും തലകുനിച്ചുമിരിക്കുന്ന ചെടികൾ സൂര്യനെ കണ്ടപ്പോൾ എഴുന്നേൽക്കാനുള്ള ശ്രമത്തിലാണ്. കുറേ ദിവസമായി ഇവരോടൊക്കെയൊന്ന് സംസാരിച്ചിട്ട്. ചെടികളോട് കൊച്ചുവർത്തമാനം പറഞ്ഞുകൊണ്ടിരിക്കുമ്പോഴാണ് ഫോണിന്റെ ശബ്ദം കേട്ടത്. തുടരെയുള്ള ബെല്ലടി. ആരുമെടുക്കാതെ നിർത്തുന്ന ലക്ഷണമില്ല. ഓടിപ്പോയാൽ ഇളയച്ഛൻ ഡിസ്ചാർജ് ചെയ്യുന്ന റൂമിൽ ഞാൻ കിടക്കേണ്ടി വരും. മുറ്റമൊക്കെ നന്നായി സ്ലിപ്പാവുന്നുണ്ട്. ആവശ്യക്കാർ ഫോൺ എടുക്കുന്നതുവരെ വിളിച്ചുകൊണ്ടിരിക്കും. ഞാൻ സാവകാശം നടന്നുപോയി ഫോണെടുത്തു. ഹലോന്ന് പറയുന്നതിന് മുമ്പുതന്നെ 'മോളേ...' എന്ന വെപ്രാളത്തോടെയുള്ള വിളി.

"ചന്ദ്രമ്മാവനാ."

"എന്തുപറ്റി അമ്മാവാ?"

"ഇളയച്ഛൻ പോയി മോളേ."

എനിക്ക് ചിരി വന്നു.

"എവിടെ പോവാനാ? അവിടെ എവിടെയെങ്കിലും കാണും. വാഷ്റൂമിൽ നോക്കൂ. അല്ലെങ്കിൽ ഇന്ന് ഡിസ്ചാർജ് ആകുന്നതല്ലേ. അടുത്ത റൂമിലുള്ളവരോട് യാത്ര പറയാൻ പോയിക്കാണും."

"ഞാനും ആദ്യം അങ്ങനെയൊക്കെത്തന്നെയാ കരുതിയത്. അടുത്ത റൂമിലെ പ്രായമായ സ്ത്രീയാണ് പറഞ്ഞത്, ഇന്ന് പുലർച്ചെ നാലുമണിക്കായിരുന്നു, ഞാൻ കണ്ടു മറ്റൊരു റൂമിൽ ഇളയച്ഛനെ കിടത്തിയിരിക്കുന്നു."

ആ വാർത്ത എന്നിൽ ഒരു തരിപോലും സങ്കടമുണ്ടാക്കിയില്ല, ഇങ്ങനെ സംഭവിച്ചത് നന്നായി. ഇന്നല്ലെങ്കിൽ നാളെ ഇളയച്ഛന്റെ

സംരക്ഷണം നമുക്കിടയിലൊരു പ്രശ്നമായേക്കും. ആരോടും പറയാതെ, ആരെയും കാണാതെ, ആരെയും ബുദ്ധിമുട്ടിക്കാതെ ഇളയച്ഛൻ യാത്രയായിരിക്കുന്നു.

"മോളേ, നീയെന്തേ ഒന്നും മിണ്ടാതിരിക്കുന്നത്?"

"ഒന്നുമില്ല. ഞാൻ ഒരു മിനിറ്റ് ആലോചിച്ചു പോയതാ. അമ്മാവൻ ടെൻഷനാവാതെയിരിക്ക്. ഞാൻ എല്ലാവരെയും ഈ വിവരം ഫോണിലൂടെ അറിയിക്കാം. വലിയമ്മാവനോടും ശ്രീരാമമ്മാവനോടും നേരിൽ പോയി അറിയിക്കാം. എന്നിട്ട് അവരോട് പെട്ടെന്നു തന്നെ ഹോസ്പിറ്റലിലെത്താൻ പറയാം."

ഫോൺ കട്ട് ചെയ്ത് തിരിഞ്ഞു നോക്കിയപ്പോൾ അമ്മയും ചേച്ചിയും ദീപുവും ആകാംക്ഷയോടെ നോക്കി നിൽക്കുന്നു.

"ചന്ദ്രനാണല്ലേ, എന്തുപറ്റി?"

"ഇളയച്ഛൻ മരിച്ചുപോയി. അത് പറയാൻ വിളിച്ചതാ."

"ഇനിയിപ്പോൾ ഇതും പറഞ്ഞു നിങ്ങൾക്ക് വഴക്ക് കൂടേണ്ടല്ലോ. പെട്ടെന്നുതന്നെ എല്ലാവരും വേറൊരു കാരണമന്വേഷിക്കൂ." ദീപു പറഞ്ഞു.

"ഇത്ര സീരിയസ്സായിട്ട് ഇവരെന്തേ ഞങ്ങളോട് ഇതൊക്കെ മറച്ചു വെച്ചത്? അതാണ് ഏട്ടൻ വ്യാഴാഴ്ച ഡോക്ടറോട് ഡിസ്ചാർജിന്റെ കാര്യം സംസാരിച്ചപ്പോൾ തിങ്കളാഴ്ച വന്നു കൊണ്ടുപോയിക്കോളാൻ പറഞ്ഞത്. ഡോക്ടറും ഇത് മുൻകൂട്ടി കണ്ടിരുന്നു."

"നമുക്കിത് പിന്നെ ചർച്ച ചെയ്യാം. ധാരാളം സമയം ഇനിയും കിടക്കുന്നുണ്ട്. ഞാൻ ആദ്യം പോയി ശ്രീരാമമ്മാവനെയും വലിയമ്മാവനെയും കാര്യമറിയിക്കട്ടെ."

ശ്രീരാമമ്മാവൻ ഹോസ്പിറ്റലിൽ പോകാൻ റെഡി ആവുകയായിരുന്നു, തറവാടിന്റെ വരാന്തയിൽ കണ്ണാടിയും കയ്യിൽ പിടിച്ച് മുടി ചീവുന്നു. വരാന്തയുടെ സ്റ്റെപ്പ് കയറുമ്പോൾ എന്റെ വരവിൽ എന്തോ ഒരു അസ്വാഭാവികത കണ്ടു കാണും.

"എന്താ മോളേ, എന്തുപറ്റി?"

ഞാൻ അമ്മാവന്റെ അടുത്തേക്ക് നടന്നു.

"ചന്ദ്രമ്മാവന്റെ ഫോണുണ്ടായിരുന്നു. ഇളയച്ഛൻ മരിച്ചു."

ആ വാർത്ത അമ്മാവന്റെ മുഖത്തുണ്ടാക്കിയ ഞെട്ടൽ എനിക്ക് കാണാമായിരുന്നു. മുടി ചീകുന്നത് നിർത്തി അമ്മാവൻ അടുത്തുള്ള കസേരയിലിരുന്നു.

"ഇന്നലെ രാത്രി ഭക്ഷണം കൊണ്ടു കൊടുക്കാൻ പോയപ്പോൾ എനിക്ക് തിരിച്ചു വരാൻ തോന്നിയില്ല. പതിവിലും വിപരീതമായി

ഒരുപാട് സമയം ഞാൻ ഹോസ്പിറ്റലിൽതന്നെ ഇരുന്നു. സമയം ഒരുപാട് വൈകിയെന്നു പറഞ്ഞ് ഇളയച്ഛൻ തന്നെയാണ് നിർബ ന്ധിച്ച് എന്നെ തിരിച്ചയച്ചത്. മൂന്ന് പ്രാവശ്യം ഞാൻ പാതിവഴി യിൽ വച്ച് റൂമിലേക്കുതന്നെ മടങ്ങിപ്പോയി. ഒടുവിൽ ഇളയച്ഛൻ എന്നെ ഡോർ വരെ കൊണ്ടുവിട്ടു വാതിലടച്ചു. അടച്ച വാതിൽ കുറച്ച് സമയം ഞാൻ നോക്കി നിന്നു. അതിനുശേഷം വീട്ടിലേക്ക് മടങ്ങി.”

“അമ്മാവാ, ചിലപ്പോൾ മനസ്സ് നമുക്ക് സൂചന തരും. പക്ഷേ പലപ്പോഴും അത് തിരിച്ചറിയാൻ പറ്റില്ല. അമ്മാവൻ പെട്ടെന്ന് റെഡി യാവ്. ഞാൻ വല്യമ്മാവനെയും നേരിൽ തന്നെയാണ് അറിയിക്കു ന്നത്.”

ഞാൻ വല്യമ്മാവന്റെ വീട്ടിലേക്ക് നടന്നു. വരാന്തയിൽ കയറു മ്പോൾ കിച്ചനിൽ എന്തോ തിരക്കിലായിരുന്ന അമ്മായി.

“എന്താ മോളേ?” എന്ന് ചോദിച്ചു ഹാളിലേക്ക് വന്നു. അപ്പുവും കണ്ണനും കാര്യമായി എന്തോ എഴുതിക്കൊണ്ടിരിക്കുന്നു.

‘അമ്മാവനെവിടെ അമ്മായി?”

“അമ്പലത്തിൽ പോയിരിക്കുകയാണ്. എന്താ മോളേ?”

“ചന്ദ്രമ്മാവന്റെ ഫോണുണ്ടായിരുന്നു. ഇളയച്ഛൻ മരിച്ചു.”

“അതിന് ഇളയച്ഛന് സീരിയസായിട്ട് ഒന്നും ഉണ്ടായിരുന്നില്ലല്ലോ? പെട്ടെന്നെന്താണ് സംഭവിച്ചത്?”

“നാലുമണിക്കാണ് എന്നാ ചന്ദ്രമ്മാവൻ പറഞ്ഞത്. അതിൽ കൂടു തലൊന്നും ഞാനുമന്വേഷിച്ചില്ല. ഇളയച്ഛൻ എന്തായാലും പോയി. വിശദവിവരങ്ങളൊക്കെ പിന്നീട് ചോദിച്ചറിയാമെന്ന് കരുതി.”

അപ്പു എന്റടുത്തേക്ക് വന്നു.

“ചേച്ചീ, ഇന്നെനിക്ക് പ്രാക്ടിക്കലുണ്ട്. അതുകൊണ്ട് ക്ലാസിന് പോകാതിരിക്കാൻ പറ്റില്ല.” ഒരു മിനിറ്റ് ഞാനവനെത്തന്നെ നോക്കി.

“ചേച്ചി ഈ വിവരം ആരെയും അറിയിച്ചിട്ടില്ല. നീ ക്ലാസിനു പൊയ്ക്കോളൂ. പിന്നീട് ആരെങ്കിലും ചോദിച്ചാൽ ഞാൻ രാവിലെ പോയിരുന്നു. അതുകൊണ്ട് വിവരം അറിഞ്ഞിരുന്നില്ല എന്ന് പറ ഞ്ഞാൽ മതി. പെട്ടെന്ന് പൊയ്ക്കോ.”

ബ്രേക്ക്ഫാസ്റ്റ് പോലും കഴിക്കാതെ അവൻ ബാഗും എടുത്തു പോയി. കണ്ണൻ എഴുത്തു നിർത്തി എന്റടുത്തേക്ക് വന്നു.

“ഞാനിന്നെന്തായാലും സ്കൂളിൽ പോണില്ല. ഇതിന്റെ ബാക്കി ഇനി രാത്രി എഴുതിക്കോളാം.”

"അമ്മായീ, ഞാൻ ഇനി വീട്ടിൽ പോയി ബാക്കിയുള്ളവരെ വിവരമറിയിക്കട്ടെ."

"നീ അമ്മാവൻ വരുന്നതുവരെ ഇവിടെയിരിക്ക് മോളെ, കുറെ സമയമായി പോയിട്ട്. ഇപ്പോൾ വരും."

അപ്പോഴേക്കും അമ്മാവൻ എത്തി.

"നിങ്ങൾ ഇവിടെ വന്നിരിക്ക്. ഇവൾ ഒരു കാര്യം പറയാൻ വന്നതാ. കുറച്ചു സമയമായി വന്നിട്ട്."

"ഞാൻ ഇളയച്ഛന്റെ പേരിൽ പ്രാർത്ഥന കഴിപ്പിക്കാൻ പോയതാ. തിങ്കളാഴ്ച ആയതുകൊണ്ട് അമ്പലത്തിൽ കുറച്ച് തിരക്കാണ്. അതാ വൈകിയത്."

എനിക്ക് ചിരി വന്നു.

"അമ്മാവന്റെ പ്രാർത്ഥന ഈശ്വരനോടൊപ്പം ഇളയച്ഛനും കേട്ടിരിക്കും."

ഒന്നും മനസ്സിലാവാതെ അമ്മാവൻ എന്നെത്തന്നെ നോക്കി. ചിരി അടക്കിക്കൊണ്ട് ഞാൻ പറഞ്ഞു, "ഇളയച്ഛൻ മരിച്ചു. ചന്ദ്രമ്മാവന്റെ ഫോണുണ്ടായിരുന്നു. ശ്രീരാമമ്മാവനോട് ഞാൻ റെഡിയാവാൻ പറഞ്ഞിട്ടുണ്ട്. പെട്ടെന്ന് നിങ്ങൾ രണ്ടുപേരും കൂടി ഹോസ്പിറ്റലിൽ പോകണം. ചന്ദ്രമ്മാവൻ നല്ല ടെൻഷനിലാണ്."

അതും പറഞ്ഞു ഞാൻ വീട്ടിലേക്ക് നടന്നു.

ബന്ധുക്കൾ ഓരോരോരോരാൾക്കാരെയും ഞാൻ വിവരമറിയിച്ചു. ഇളയച്ഛന്റെ മരണവാർത്ത ആരിലും ഒരു ചലനവുമുണ്ടാക്കിയില്ല. ശ്രീദേവിയാന്റിയെ വിളിച്ചപ്പോൾ ഞാനതിശയിച്ചു പോയി.

"ഇന്ന് രാവിലെ നാലുമണിക്ക് എഴുന്നേറ്റപ്പോൾ മനസ്സിന് എന്തോ ഒരു ഭയം. ഒരു പണിയും ചെയ്യാൻ കഴിയുന്നില്ല. ഇളയച്ഛന് എന്തോ സംഭവിച്ചു എന്നൊരു തോന്നൽ. രാവിലെത്തന്നെ എങ്ങനെയാ വിളിച്ചന്വേഷിക്കുക? അതുകൊണ്ട് കുറച്ചു സമയം കൂടി കഴിയട്ടെയെന്ന് കരുതി. എന്റെ മനസ്സ് പറഞ്ഞത് സത്യമായിരുന്നു അല്ലേ?"

"പെട്ടെന്ന് വരാൻ നോക്കൂ ആന്റീ."

ഒമ്പതര ആകുമ്പോഴേക്കും ഇളയച്ഛന്റെ ശരീരം വീട്ടിൽ കൊണ്ടുവന്നു. അധികം ബന്ധുക്കളൊന്നും വന്നില്ല. സാവിത്രി ഇളയമ്മയും മക്കളുമെത്തി.

"അസുഖമായി ഹോസ്പിറ്റലിൽ ആയ വിവരം എന്നെ ഒന്ന് അറിയിക്കാമായിരുന്നില്ലേ? ഞാൻ പോയെന്ന് കണ്ടേനേ."

അതു പറഞ്ഞപ്പോൾ ആരും ഇളയമ്മയോട് ഒരു മറുപടിയും പറഞ്ഞില്ല. അധികം ശബ്ദമില്ലെങ്കിലും എല്ലാവരും അവിടെ ഇരുന്നു മത്സരിച്ച് കരയുന്നത് കാണാം. അവസാനമായി ഇതു മാത്രമല്ലേ ചെയ്യാനുള്ളൂ. എനിക്ക് സങ്കടം വന്നു. പക്ഷേ ഞാൻ കരഞ്ഞില്ല. ഞാൻ ആ ശരീരം നോക്കിയില്ല. ജീവിച്ചിരുന്നപ്പോൾ ഞാൻ ഒന്ന് പോയി കണ്ടില്ല. ഇനിയീ ജീവനില്ലാത്ത ശരീരം കാണുന്നതിൽ ഒരർത്ഥവുമില്ല. വന്ന ആളുകളിൽ പലരും എന്നോട് വന്ന് സംസാരിച്ചു. അവരെല്ലാവരും ഹോസ്പിറ്റലിൽ പോയി ഇളയച്ഛനെ കണ്ടിരുന്നു. ഒരുമിച്ചിരുന്ന് ചായ കുടിച്ചതും ഭക്ഷണം കഴിച്ചതുമൊക്കെ അവർ എന്നോട് പറഞ്ഞു. സങ്കടമുണ്ടെങ്കിലും അവരുടെയൊക്കെ വാക്കുകളിൽ ഒരു സംതൃപ്തിയുണ്ടായിരുന്നു. ആരുമില്ലാത്ത ഒരു മനുഷ്യനോട് അവസാന നാളുകളിൽ ഇത്രയെങ്കിലും ചെയ്യാൻ കഴിഞ്ഞതിൽ.

അടുത്ത വീട്ടിലെ ഗീതച്ചേച്ചി സങ്കടത്തോടെ എന്നോട് പറഞ്ഞു, "ഇളയച്ഛൻ ഹോസ്പിറ്റലിൽ ചായ മതിയാകുന്നില്ലെന്ന് ഞാൻ പോയപ്പോൾ എന്നോട് പറഞ്ഞിരുന്നു. ചായ കുടിക്കാനിഷ്ടമുള്ള ആളായതുകൊണ്ട് ഞാൻ രണ്ട് ഗ്ലാസ് ചായ ഒരുമിച്ച് വാങ്ങിക്കൊടുത്തു. പക്ഷേ കൂടുതലൊന്നും എനിക്ക് സംസാരിക്കാൻ കഴിഞ്ഞില്ല. അപ്പോഴേക്കും ഡോക്ടർ വന്ന് റൂമിൽനിന്നും എന്നെ പുറത്തു നിർത്തി."

എല്ലാം കേട്ടതല്ലാതെ തിരിച്ചൊന്നും ഞാൻ മറുപടി പറഞ്ഞില്ല. വാശി കാരണമാണ് ഞാൻ പോകാതിരുന്നത്. ആരോടും പറയാനാകില്ലല്ലോ?

ആശുപത്രിയിൽനിന്നും കൊണ്ടുവന്ന ബാഗ് എന്നെയാണേൽപ്പിച്ചത്. ഞാനത് തുറന്നു നോക്കി. അവസാനമായി ഇളയച്ഛൻ ഇട്ട ഷർട്ടിന്റെ പോക്കറ്റിൽ ഭദ്രമായി സൂക്ഷിച്ചിരുന്ന കീ എനിക്ക് കിട്ടി. ഉറങ്ങുമ്പോഴും കുളിക്കുമ്പോഴും എവിടെ പോകുമ്പോഴും ഈ കീ കൊണ്ടുനടക്കും. ഇതാരും കാണുന്നതും തൊടുന്നതും ഇളയച്ഛനിഷ്ടമല്ല. ഇന്നിത് ആർക്കുവേണമെങ്കിലുമെടുക്കാം. ആ ബാഗിൽ ഇതുപോലെ സൂക്ഷിച്ച മറ്റൊന്നു കൂടിയുണ്ട്. ഒരു പുസ്തകം. ആശുപത്രിയിൽ കാണാൻ പോയ ആരോ ഒരാൾ സമ്മാനിച്ചതാവണം. മുഴുവനും വായിച്ചു തീർന്നിട്ടില്ല. വായിച്ചതുവരെയുള്ള ഭാഗത്ത് പേപ്പർ മടക്കിവച്ചിട്ടുണ്ട്. അവസാനമായി ആ കൈവിരലുകൾ തൊട്ടത് ഈ പുസ്തകത്തിലായിരിക്കും.

ഫോൺ റിംഗ് ചെയ്യുന്ന ശബ്ദം കേട്ട് ചന്ദ്രമ്മാവൻ ഫോണെടുത്തു. സംസാരിച്ചു ഫോൺ വെച്ചതിനുശേഷം അമ്മാവൻ പറഞ്ഞു,

“ജയകൃഷ്ണനാണ്. ഇന്ന് രാവിലെ മുതലേ അവനൊരു ടെൻഷൻ. ചേച്ചിയുടെ വീട്ടിൽ വിളിച്ചപ്പോൾ ആരും ഫോണെടുത്തില്ല. അതാ ഇവിടേക്ക് വിളിച്ചത്.ഞാൻ കാര്യങ്ങളൊക്കെ പറഞ്ഞു.”

ഇളയച്ഛൻ യാത്ര പോകുമ്പോൾ എല്ലാവരെയും അറിയിച്ചിരുന്നു. ഒരാഴ്ച മുമ്പേ ചന്ദ്രമ്മാവനറിഞ്ഞു, ഉറക്കത്തിൽ ഇളയച്ഛൻ മരിച്ച തായി സ്വപ്നം കണ്ടു. കിടന്നിട്ട് ഉറക്കം വന്നില്ല എന്നു പറഞ്ഞു രാത്രിയിൽ എന്നെ വന്നു വിളിച്ചു. കേട്ടപ്പോൾ എനിക്കും ടെൻഷ നായി. ഞാൻ രാത്രിയെന്നു നോക്കാതെ ഹോസ്പിറ്റലിലേക്ക് വിളിച്ച് സിസ്റ്ററോട് വിവരം തിരക്കി. അയാൾ സുഖമായി ഉറങ്ങുകയാണ്. ഒരു കുഴപ്പവുമില്ലെന്ന് അവർ പറഞ്ഞു. അതിനുശേഷമാണ് സമാ ധാനമായത്. പക്ഷേ ആ രാത്രിയിൽ ഞങ്ങൾ രണ്ടുപേരും ഉറങ്ങി യില്ല. സംസാരിച്ചിരുന്നു.

രാവിലെ ഞാൻ അമ്മയോടു കാര്യം പറഞ്ഞപ്പോൾ, “രാത്രി യിൽ എന്തൊക്കെയോ ചിന്തിച്ച് കിടന്നതുകൊണ്ട് അവനുറക്കം വന്നു കാണില്ല. നിന്റെ ഉറക്കംകൂടി കളയാൻ വേണ്ടി പറഞ്ഞതാ. നീ ഇത് കാര്യമാക്കേണ്ട, ആലോചിച്ചു ടെൻഷടിക്കേണ്ട.”

അപ്പോഴെങ്കിലും എനിക്ക് ഇളയച്ഛനെ ഹോസ്പിറ്റലിൽ പോയി ഒന്ന് കാണാമായിരുന്നു. ആൾക്കൂട്ടത്തിൽ നിന്നും ഞാൻ സാവ കാശം മാറി എന്റെ വീടിന്റെ വരാന്തയിൽ വന്നിരുന്നു. ഇവിടെ നിന്നും തറവാട്ടിൽ നടക്കുന്ന കാര്യങ്ങളൊക്കെ വ്യക്തമായി കാണാം. എല്ലാം നോക്കിയും കണ്ടും ദീപു മുന്നിൽ തന്നെയുണ്ട്. ഒരു മണിക്കു മുന്നേതന്നെ സംസ്കാരത്തിനായി ഇളയച്ഛന്റെ ശരീരം കൊണ്ടുപോയി.

പത്ത്

അവസാനമായി ഇളയച്ഛനെന്ത് സംഭവിച്ചു എന്നതിനെക്കുറിച്ചുള്ള ചോദ്യം എന്റെ മനസ്സിൽ ഉത്തരം കിട്ടാതെ ബാക്കി കിടക്കുകയായിരുന്നു. അതെന്താന്നറിയാനുള്ള ആകാംക്ഷയോടെ ഞാൻ തറവാട്ടിലേക്ക് ചെന്നു.

വരാന്തയിലിരിക്കുന്ന ചന്ദ്രമ്മാവനോട് ചോദിച്ചു, "അവസാനമായി ഇളയച്ഛനെന്താണ് സംഭവിച്ചത്? ശ്വാസംമുട്ടല്ലാതെ മറ്റൊരസുഖവും ഉണ്ടായിരുന്നില്ലല്ലോ?"

അമ്മാവൻ പറഞ്ഞു, "ബ്രേക്ഫാസ്റ്റുമായി ഞാൻ ഹോസ്പിറ്റലിൽ ചെന്നപ്പോൾ റൂം തുറന്നു കിടക്കുന്നു. അവിടെയൊന്നും ഇളയച്ഛനെ കാണാനില്ല. ആദ്യം വാഷ് റൂമിൽ ആയിരിക്കുമെന്ന് ഞാൻ കരുതി. അവിടെ നിന്നും വെള്ളത്തിന്റെ ശബ്ദമൊന്നും കേൾക്കാനില്ല. ഞാൻ അങ്ങോട്ട് ചെന്ന് നോക്കിയപ്പോൾ അവിടെ ആരുമില്ല. പുറത്തെങ്ങാനും പോയിക്കാണുമെന്ന് കരുതി വരാന്ത മുഴുവൻ നടന്നു നോക്കി. അവിടെയും കണ്ടില്ല. തിരിച്ച് റൂമിലേക്ക് വരുമ്പോൾ അടുത്ത റൂമിലെ പ്രായമായ സ്ത്രീ എന്നോട് ചോദിച്ചു. "ആരാണ് ചന്ദ്രൻ?" ഞാനാണ് ചന്ദ്രൻ. എന്റെ പേര് കൃഷ്ണചന്ദ്രനെന്നാണ്, എന്ത് എന്നർത്ഥത്തിൽ ഞാനവരെ നോക്കി. ആ സ്ത്രീ പറഞ്ഞു, "ഇന്ന് പുലർച്ചെ ഏകദേശം മൂന്നര ആയിക്കാണും. ചന്ദ്ര... ചന്ദ്ര... എന്ന ഉറക്കെയുള്ള വിളി കേട്ടാണ് ഞങ്ങളെല്ലാവരും ഉണർന്നത്. എഴുന്നേറ്റു നോക്കിയപ്പോൾ അയാൾ വരാന്തയിൽ അങ്ങോട്ടുമിങ്ങോട്ടും നടക്കുന്നു. ജനലിലൂടെ പുറത്തു നോക്കി ചന്ദ്രാ എന്ന് ഉറക്കെ വിളിച്ചു. അയാൾ ചന്ദ്രനെ അന്വേഷിക്കുകയാണെന്ന് മനസ്സിലായി. ഇവിടെയൊക്കെ അയാൾ ചന്ദ്രനെ തിരിഞ്ഞു. ഞങ്ങൾ സമാധാനിപ്പിച്ച് റൂമിലാക്കാൻ ശ്രമിച്ചെങ്കിലും കഴിഞ്ഞില്ല. ഒടുവിൽ സിസ്റ്ററെ വിളിച്ചു. അവർ ഒരുപാട് ശ്രമിച്ചുനോക്കി. പെട്ടെന്നാണ് അയാൾക്ക് എന്തോ ഒരു ക്ഷീണമനുഭവപ്പെട്ടത്. ഓടിച്ചെന്ന്

ഡോക്ടറെ വിളിച്ചു. ഡോക്ടർ എത്തുമ്പോഴേക്കും എല്ലാം കഴിഞ്ഞിരുന്നു. അവസാനശ്വാസം വരെയും ചന്ദ്ര എന്ന പേരാണ് വിളിച്ചുകൊണ്ടിരുന്നത്. ഉറക്കെയുള്ള ആ വിളിയുടെ ശബ്ദം പതിയെപ്പതിയെ ഇല്ലാതായി.

ചന്ദ്രമ്മാവന്റെ പേരാണ് ഇളയച്ഛൻ അവസാനമായി വിളിച്ചത്. അജാമളൻ മകനായ നാരായണനെ വിളിച്ചു മോക്ഷം നേടി. ഇളയച്ഛൻ ഏട്ടന്റെ മകനായ ചന്ദ്രനെ വിളിച്ചു ചന്ദ്രലോകത്ത് എത്തിക്കാണും. അല്ലെങ്കിൽ ഹിമാലയത്ത്. ഒടുവിൽ വായിച്ച് തീരാത്ത ബാഗിൽ ഉണ്ടായ പുസ്തകം ഹിമാലയത്തിലെ 'ഗുരുക്കന്മാരുടെയോടൊപ്പം' ഒന്നെങ്കിൽ ചന്ദ്രലോകം അല്ലെങ്കിൽ ഹിമാലയം. രണ്ടിടങ്ങളിലും മനുഷ്യൻ ശ്രമിച്ചാൽ എത്തിപ്പെടാവുന്ന സ്ഥലം.

എനിക്ക് മനസ്സിൽ സങ്കടവും കുറ്റബോധവും തോന്നി. വാശി ഉപേക്ഷിച്ച് ഒരു തവണയെങ്കിലും പോയി കാണാമായിരുന്നു. എന്റെ മുഖത്തുണ്ടായ സങ്കടം കണ്ടിട്ടാവണം അമ്മാവൻ പറഞ്ഞു, "നീ വിഷമിക്കേണ്ട. ഇളയച്ഛന് ലങ്സിന് ക്യാൻസറാ."

അതെനിക്ക് പുതിയ അറിവാ. ഞാൻ ശരിക്കും ഞെട്ടിപ്പോയി. ഇളയച്ഛൻ നന്നായി പുകവലിക്കും. ആദ്യം ബീഡി. പിന്നീട് സിഗററ്റ്. ശ്വാസംമുട്ടൽ വന്നതിനുശേഷം രണ്ടും നിർത്തി. ചോക്ലേറ്റ് ആക്കി. ഈ മാറ്റം പലപ്പോഴും പറഞ്ഞു ഞങ്ങൾ ചിരിക്കും. ഈ കഴിഞ്ഞ രണ്ടുവർഷമായിട്ട് മഴക്കാലത്ത് വരുന്ന ശ്വാസംമുട്ടലല്ലാതെ മറ്റസുഖമൊന്നും ഇളയച്ഛനുണ്ടായിരുന്നില്ല. ക്യാൻസർ ആണെന്ന് ഇതുവരെ പറയുന്നത് കേട്ടതേയില്ല. പലതവണ ഞാൻ ഡോക്ടറുടെ അടുത്ത് കൊണ്ടുപോയിട്ടുണ്ട്. അപ്പോഴും ഈ അസുഖമാണെന്ന് ഡോക്ടർ പറഞ്ഞിരുന്നില്ല. മേനോന്റെ മകൻ. അങ്ങനെയാണ് പേപ്പർ വാർത്ത കൊടുത്തത്. ഫോട്ടോ ആരുടെ കയ്യിലും ഇല്ലായിരുന്നു. അതുകൊണ്ട് അത് കൊടുക്കാൻ കഴിഞ്ഞില്ല. പത്രവാർത്ത വായിച്ചവർക്കും അത് ഇളയച്ഛനാണെന്ന് തിരിച്ചറിയാൻ കഴിഞ്ഞില്ല.

സഞ്ചയനം മാത്രമേ ഇനി ഞങ്ങൾ ചെയ്യൂ. അതിനുശേഷമുള്ള കർമ്മങ്ങളൊന്നും ഏട്ടന്റെ മക്കളായ ഞങ്ങൾ ചെയ്യാൻ പാടില്ല. അത് മരിച്ചയാളിന്റെ മക്കളോ പെങ്ങളുടെ മക്കളോ ചെയ്യണം. ഇളയമ്മയ്ക്കുള്ളത് പെൺമക്കളാണ്. അതുകൊണ്ട് അവരുടെ മക്കൾ ചെയ്യണമെങ്കിൽ ചെയ്തോട്ടെ. പണ്ടുകാലത്ത് മലബാറിൽ നിലനിന്നിരുന്ന ഒരു രീതിയാണ് മരുമക്കസമ്പ്രദായം. അമ്മാവന്മാരാണ് കാര്യങ്ങളൊക്കെ നോക്കിയിരുന്നത്. അച്ഛൻ ജീവിച്ചിരിക്കുന്ന വരെ അച്ഛന്റെ വീടുമായി ബന്ധമുണ്ടാവും. സാധാരണ രിതിയിൽ മൂത്ത ആൾക്കാരാണല്ലോ ആദ്യം മരിക്കുക. അതുകൊണ്ടാണ് അച്ഛന്റെ

മൂത്ത ആൾക്കാർക്ക് കർമ്മം ചെയ്യുന്നത്. അച്ഛന്റെ കാലശേഷം അച്ഛന്റെ വീടുമായുള്ള അടുപ്പം കുറയുന്നു. അതാണ് താഴെയുള്ള വർക്ക് കർമ്മം ചെയ്യാത്തത്. അല്ലാതെ ചെയ്യാൻ പാടില്ലാത്തതു കൊണ്ടല്ല. പെൺമക്കൾക്കും കർമ്മമൊക്കെ ചെയ്യാം. പുരുഷമേധാ വിത്വം സ്ത്രീകളെ രണ്ടാംതട്ടിൽ കാണുന്നതാണ്. ഭാഗവതത്തിൽ പറയുന്നുണ്ട്, സത്രാജിത്തിന്റെ മരണശേഷം മകളായ സത്യഭാമ യെക്കൊണ്ട് ഭഗവാൻ ശ്രീകൃഷ്ണൻ പിതൃകർമം ചെയ്യിച്ചു. ഇന്ന് ഇതൊക്കെ എല്ലാവർക്കും അറിവുള്ളതാണ്."

ഒരു സാഹചര്യം വരുമ്പോൾ മറന്നതാണോ അല്ല മറന്നതായി നടിക്കുന്നതണോ? ആദ്ധ്യാത്മീയ പ്രഭാഷണം നടത്തുന്ന എന്റെ വല്യമ്മാവന് ഇതിനെക്കുറിച്ചൊക്കെ നല്ല അറിവുണ്ട്. ഒരു കാര്യം എങ്ങനെ ചെയ്യാതിരിക്കണം, ആ സാധ്യതയാണ് നമ്മൾ കൂടുതല ന്വേഷിക്കുന്നത്. പല കാരണങ്ങളും കണ്ടുപിടിച്ച് ഒഴിവാക്കാനാണ് നമുക്ക് കൂടുതലും താൽപര്യം.

"ഇളയച്ഛന്റെ പൈസയെടുത്തു നമ്മൾ ചിലവാക്കിയാൽ ഇളയ മ്മയുടെ മക്കളുടെ മക്കളാരെങ്കിലും വന്ന് കർമ്മം ചെയ്യാതിരിക്കില്ല."

അങ്ങനെ ചെയ്യിക്കണമെന്ന് അമ്മ പറഞ്ഞെങ്കിലും അതൊന്നും ആരും ചെവികൊണ്ടില്ല.

വ്യാഴാഴ്ച വർക്കിംഗ് ഡേ ആണ്. ആർക്കും ലീവ് എടുക്കാനാ വില്ല. അതുകൊണ്ട് നേരത്തെ നിശ്ചയിച്ച സമയത്തേക്കാൾ മുമ്പേ ഒരു വഴിപാട് പോലെ സഞ്ചയന കർമ്മം പൂർത്തിയാക്കി. സമയം മാറ്റിയ വിവരം സാവിത്രിയിളയമ്മയെ അറിയിച്ചിരുന്നില്ല. അവരും ഭർത്താവും നേരത്തെ നിശ്ചയിച്ച സമയമനുസരിച്ച് വന്നു. അപ്പോ ഴേക്കും എല്ലാം കഴിഞ്ഞിരുന്നു. അവർക്ക് ദേഷ്യവും സങ്കടവും ഒരുമിച്ചു വന്നു. അവർ കുറെ കരഞ്ഞു. വഴക്കും ബഹളവുമുണ്ടാക്കി. ഇളയച്ഛൻ കുട്ടിക്കാലത്ത് ഇവരെ നോക്കിയതും വളർത്തിയതും എല്ലാം വിളിച്ചുപറഞ്ഞു. തിരിച്ച് ഇളയമ്മയുടെ കുറ്റങ്ങൾ ഇവരും വിളിച്ചുപറഞ്ഞു. സങ്കടത്തോടെ ഹാളിലെ സോഫയുടെ അറ്റത്തി രുന്നു.

എല്ലാം കണ്ടും കേട്ടും ഞാനും അവിടെയുണ്ടായിരുന്നു. നമ്മുടെ ആൾക്കാർ ചെയ്തതാണ് തെറ്റ്, എല്ലാരും എന്നോട് പറഞ്ഞതു പോലെ ഒരു വളർത്തുമൃഗത്തിന് കൊടുക്കുന്ന പരിഗണനപോലും ഈ വീട്ടിലുള്ളവർ ആ മനുഷ്യനോട് കാണിച്ചില്ല. പക്ഷേ ആരും അതൊന്നും ഇവരോട് നേരിട്ട് പറയില്ല.

പതിനൊന്ന്

സോഫയുടെ അറ്റത്ത് സങ്കടത്തോടെ ഇരിക്കുന്ന ഇളയമ്മയുടെ അടുത്ത് ഞാൻ പോയി ഇരുന്നു. അവർ സാവകാശം എന്നോട് പറഞ്ഞു,

"ഇവിടെ ഇപ്പോൾ നടന്നതൊക്കെ മോളും കണ്ടില്ലേ, ഇവർ എന്നെ പറഞ്ഞതൊക്കെ കേട്ടില്ലേ, എന്റെ അനിയനോട് സ്നേഹമില്ലാഞ്ഞിട്ടല്ല ഒന്നും ചെയ്യാനാവാത്തത്. എന്റെ നിസ്സഹായാവസ്ഥ കൊണ്ടാണ്. ഹൈവേയ്ക്കടുത്തുള്ള വെറോണ റിസോർട്ട് സ്ഥിതി ചെയ്യുന്ന സ്ഥലത്താണ് പണ്ട് ഞങ്ങൾ അമ്മയും അച്ഛനും അഞ്ചു മക്കളും താമസിച്ചിരുന്നത്. അന്നവിടെ വയലും കുളവുമൊക്കെ ആയിരുന്നു. ഗുരുവായൂരപ്പന്റെ ഭക്തയായ എന്റെ അമ്മ അവിടെ പോയി ചോറു കൊടുത്തു നാരായണനെന്ന് പേരിടാനാണ് ശങ്കരന് വിചാരിച്ചിരുന്നത്. കുട്ടിക്കാലത്ത് ശങ്കരനെ അപ്പാ എന്നാണ് വിളിച്ചിരുന്നത്. ഒരു ദിവസം രാത്രിയിൽ ഉറങ്ങാൻ കിടന്ന ഞങ്ങളുടെ അച്ഛൻ പിറ്റേന്ന് ഉണർന്നില്ല. അന്ന് അപ്പയ്ക്ക് മൂന്നുമാസവും എനിക്ക് 12 വയസ്സും. അവന് വീട്ടിൽ നിന്നാണ് പിന്നെ ചോറു കൊടുത്തത്. ആ പ്രാർത്ഥന അമ്മ നടത്തിയില്ല. ഞങ്ങൾ രണ്ടു പേർക്കുമിടയിൽ വേറെയും മൂന്ന് ആൾക്കാരുണ്ടായിരുന്നു. അങ്ങനെ ഒരു ദിവസം എല്ലാവരും ഒരേ ഭക്ഷണംതന്നെയാണ് കഴിച്ചത്. ഫുഡ് പോയ്സൺ ആണെന്ന് പറയുന്നു അമ്മയും എന്റെ മൂന്ന് അനിയന്മാരും മരിച്ചത്. ഞാനും അപ്പയും ബാക്കിയായി. ഞങ്ങൾ രണ്ടു പേരെയും അച്ഛന്റെ സഹോദരിയും അമ്മയും ചേർന്ന് അവരുടെ വീട്ടിലേക്ക് കൊണ്ടുപോയി. അന്ന് ഞാൻ പത്താംക്ലാസിൽ പഠിക്കുകയായിരുന്നു. എന്റെ പഠിപ്പ് നിർത്തി വീട്ടുജോലിയിൽ സഹായിക്കാൻ പറഞ്ഞു. ശിവഭക്തയായ അച്ഛമ്മ അപ്പയ്ക്ക് ശങ്കരനെന്ന് പേരിട്ടു. അവനെ സ്കൂളിലയച്ചു പഠിപ്പിച്ചു. നന്നായി പഠിക്കുമായിരുന്നു.

പത്താം ക്ലാസ് കഴിഞ്ഞപ്പോൾ അച്ഛന്റെ അനിയൻ ജോലിയാക്കിത്തരാമെന്ന് പറഞ്ഞാണ് ബോംബെയിൽ കൊണ്ടുപോയത്. പക്ഷേ ജോലിയൊന്നുമാക്കിക്കൊടുത്തില്ല, വീട്ടുജോലി ചെയ്യിക്കുകയും കടയിൽനിന്ന് സാധനങ്ങൾ വാങ്ങികൊണ്ട് കൊടുക്കുകയും ആയിരുന്നു ചെയ്യിച്ചിരുന്നത്. പിന്നെ അവിടെ നിന്ന് എങ്ങനെയാണ് അപ്പ ദുബായിൽ എത്തിയതെന്ന് എനിക്കറിയില്ല. അച്ഛമ്മയുടെ മരണശേഷം എന്റെ ജീവിതം കൂടുതൽ കഷ്ടത്തിലായി. എങ്ങനെയോ ഏട്ടൻ അതറിഞ്ഞു, അന്ന് തറവാട്ടിൽ രണ്ടുമൂന്ന് പ്രായമുള്ളവരുണ്ടായിരുന്നു. അവരെ നോക്കാനാണെന്ന് പറഞ്ഞാണ് എന്നെ ഇങ്ങോട്ട് കൂട്ടിക്കൊണ്ടുവന്നത്. എനിക്ക് നല്ലൊരു കല്യാണാലോചന വന്നപ്പോൾ ഏട്ടൻ മറ്റൊന്നും നോക്കിയില്ല. കല്യാണം നടത്തിത്തന്നു. അതിനുശേഷമാണ് തറവാട്ടിലേക്ക് അപ്പയെ കൊണ്ടുവന്നത്.

സ്വന്തമായി ബന്ധുക്കളാരുമില്ലാത്ത സ്വത്തോ വരുമാനവും ഇല്ലാത്ത ഒരു സ്ത്രീയുടെ നിസ്സഹായവസ്ഥ മോൾക്ക് പറഞ്ഞാൽ മനസ്സിലാവില്ല. അങ്ങനെയുള്ള സ്ത്രീകളുടെ വാക്കിന് ആരും വില കൽപ്പിക്കില്ല. അവരെന്നും സ്വന്തം ഇഷ്ടങ്ങളൊക്കെ മനസ്സിലൊതുക്കി മറ്റുള്ളവരെ അനുസരിച്ച് ജീവിക്കണം. ഇവിടെ എനിക്കും സംഭവിച്ചത് അതാണ്. എനിക്ക് സ്നേഹിക്കാൻ മക്കളും ഭർത്താവുമുണ്ട്. പക്ഷേ എന്നെ സ്നേഹിക്കാൻ എന്റെ അപ്പ മാത്രമേ ഉണ്ടായിരുന്നുള്ളൂ. എന്റെ മക്കളെയും അവരുടെ മക്കളെയും എനിക്ക് പറഞ്ഞ് അനുസരിപ്പിക്കാനാവില്ല. അവർ മറ്റൊരാളുടെ ചിലവിൽ ജീവിക്കുന്നവരല്ലേ."

അവർ വേഷ്ടികൊണ്ട് മുഖം പൊത്തി ശബ്ദമില്ലാതെ കരഞ്ഞു. ഊണ് കഴിക്കാൻ നിർബന്ധിച്ചെങ്കിലും അവരതിനൊന്നും നിന്നില്ല. യാത്ര പറഞ്ഞു പോയി.

അടച്ചു പൂട്ടിയ ഇളയച്ഛന്റെ റൂമും പെട്ടിയും ഞായറാഴ്ച രാത്രി തുറക്കുമെന്ന് ചന്ദ്രമ്മാവൻ എല്ലാവരെയും അറിയിച്ചു. പെട്ടിയിൽ നല്ല പൈസയുണ്ടെന്നെല്ലാവർക്കും അറിയാം. ഹോസ്പിറ്റലിൽ പോയ ദിവസം റൂം പൂട്ടിയതാണ്, പക്ഷേ ലോക്ക് ചെയ്തിട്ടില്ല. ആശുപത്രിയിൽനിന്ന് കൊണ്ടുവന്ന ബാഗിലാണ് പെട്ടിയുടെ കീ ഉണ്ടായിരുന്നത്. അത് ഞായറാഴ്ചവരെ എന്നെയാണ് സൂക്ഷിക്കാൻ ഏൽപ്പിച്ചത്. വളരെ ആകാംക്ഷയോടെ ഞായറാഴ്ച ഏഴേകാലിന് തന്നെ കീയുമായി ഞാൻ തറവാട്ടിലേക്ക് ചെന്നു. വലിയമ്മാവൻ, കണ്ണൻ, ചന്ദ്രമ്മാവൻ, പിന്നെ ശ്രീരാമമ്മാവൻ. മറ്റാരുമില്ല.

ആദ്യം വല്യമ്മാവൻ റൂമിന്റെ വാതിൽ തുറന്നു. ഇത്രയും ധൈര്യത്തോടെ സ്വാതന്ത്ര്യമായി ഇതിനുമുമ്പ് ആരും ഈ റൂമിൽ

കയറിയിട്ടില്ല. ഇതിനുള്ളിലേക്ക് ഇളയച്ഛൻ ആരെയും പ്രവേശിപ്പിക്കാറില്ല. അലമാരയിൽ നിറയെ പുസ്തകങ്ങൾ അടക്കിവെച്ചിരിക്കുന്നു. ആയിരക്കണക്കിന് രൂപയുടെ പുസ്തകങ്ങൾ ആയിരിക്കും അത്. ഞാൻ കൗതുകത്തോടെ അതൊക്കെ നോക്കി. വല്യമ്മാവൻ എന്റെ കയ്യിൽ നിന്നും കീ വാങ്ങി പെട്ടി തുറക്കാൻ നോക്കുമ്പോൾ അതിന്റെ ലോക്ക് പൊട്ടിച്ചിരിക്കുന്നു. അമ്മാവൻ തിരിഞ്ഞ് ഞങ്ങളെ നോക്കി. എന്നിട്ട് പെട്ടി തുറന്നു. അതിൽ അടുക്കിവെച്ച വസ്ത്രങ്ങളല്ലാതെ പൈസയൊന്നുമില്ല. നോട്ടുകൾ ഇട്ട് വയ്ക്കുന്ന ബാഗ് കാലിയായി കിടക്കുന്നു. ചെറിയ ചെറിയ നോട്ടുകളും ചില്ലറയും ഇട്ടുവയ്ക്കുന്ന ബാഗിൽ അഞ്ചു രൂപയുടെ അഞ്ച് കോയിനുണ്ട്. വല്യമ്മാവൻ ഒന്നും പറഞ്ഞില്ല.

ഞാൻ ചോദിച്ചു, "ഇതിനുള്ളിലെ പൈസയൊക്കെ എവിടെപ്പോയി?"

"അതിനുള്ളിൽ പൈസയൊന്നും ഉണ്ടായിരുന്നില്ല." ചന്ദ്രമ്മാവൻ പറഞ്ഞു.

"അല്ല, ഇതിനുള്ളിൽ പൈസ ഉണ്ടായിരുന്നു. ഞാൻ കണ്ടിരുന്നു." ഞാൻ വീണ്ടും പറഞ്ഞു.

"ഈ കോയിൻസ് അല്ലാതെ മറ്റൊരു പൈസയും ഈ പെട്ടിയിൽ ഉണ്ടായിരുന്നില്ല" എന്ന് ശ്രീരാമമ്മാവൻ ഉറക്കെ പറഞ്ഞു.

"ഇതിന്റെ ലോക്ക് ആരാ പൊട്ടിച്ചത്? ഇത് നേരത്തെ ഇങ്ങനെ അല്ലായിരുന്നു. ഇളയച്ഛൻ ഇത് ലോക്ക് ചെയ്തിരുന്നു. കീ ഹോസ്പിറ്റലിൽനിന്നും കൊണ്ടുവന്ന ബാഗിൽ നിന്നുമാണ് എനിക്ക് കിട്ടിയത്. ഹോസ്പിറ്റലിൽ പോയതിനുശേഷം ഈ പെട്ടിയുടെ ലോക്ക് മറ്റാരോ പൊട്ടിച്ചതാണ്. അഡ്മിറ്റ് ചെയ്യുന്നതിന് നാലുദിവസം മുന്നേ ഇളയച്ഛനെയും കൊണ്ട് ഡോക്ടറുടെ അടുത്ത് പോയത് ഞാനാ. അന്ന് എന്നെ ഏൽപ്പിച്ച പേഴ്സിൽ നിറയെ പൈസയുണ്ടായിരുന്നു. അഞ്ഞൂറിന്റെയും ആയിരത്തിന്റെയും കുറെ നോട്ടുകൾ. ഇത്രയധികം പൈസ എന്തിനാണെന്ന് ഞാൻ ചോദിച്ചപ്പോൾ, "ഡോക്ടറുടെ അടുത്ത് പോകുന്നതല്ലേ കയ്യിലിരിക്കട്ടെ" എന്ന് പറഞ്ഞു. അന്ന് 1000 രൂപയിൽ താഴെ മാത്രമേ ചിലവായുള്ളൂ. ഞാൻ പേഴ്സ് തിരികെ ഏൽപ്പിച്ചു. ഇളയച്ഛൻ ഹോസ്പിറ്റലിൽ അഡ്മിറ്റ് ആയ ആ ഞായറാഴ്ച ഉച്ചയ്ക്ക് അപ്പു എന്നെ വന്നു വിളിച്ചു. ആ സമയം ഞാൻ പിറ്റേദിവസം ഓഫീസിൽ ഏൽപ്പിക്കേണ്ട മാറ്റർ എഴുതിക്കൊണ്ടിരിക്കുകയായിരുന്നു. "ചേച്ചിയെ അത്യാവശ്യമായി ഇളയച്ഛൻ വിളിക്കുന്നു." ഞാൻ എഴുത്തു നിർത്തി അവനോടൊപ്പം തറവാട്ടിലേക്ക് പോയി. ആ സമയം നല്ല മഴയുണ്ടായിരുന്നു. എന്തിനാ

വിളിപ്പിച്ചതെന്ന് ചോദിച്ചപ്പോൾ, "എനിക്ക് നന്നായി ശ്വാസം മുട്ടുന്നു"വെന്ന് പറഞ്ഞു. പെട്ടെന്ന് റെഡിയാകൂ, ഞാൻ ഡോക്ടറുടെ അടുത്ത് കൊണ്ടുപോകാമെന്ന് പറഞ്ഞപ്പോൾ, "ഇപ്പോൾ വേണ്ട. ആ ഇഞ്ചക്ഷൻ രണ്ടാമതും ഒന്ന് വാങ്ങിച്ച് തരുമോ? നല്ല മഴയല്ലേ. അതുകൊണ്ട് നമുക്ക് ഹോസ്പിറ്റലിൽ പോകേണ്ട. ഇഞ്ചക്ഷൻ വാങ്ങി ഇങ്ങോട്ട് കൊണ്ടുവന്നിട്ട് സരിതേച്ചിയെ വിളിച്ചു വെപ്പിക്കാം."

ഞാൻ ഇഞ്ചക്ഷൻ വാങ്ങാൻ പോകാൻ തുടങ്ങുമ്പോൾ അപ്പു പറഞ്ഞു, "ചേച്ചി ഇളയച്ഛന്റെ അടുത്തിരിക്കൂ. ഞാൻ പോയി വാങ്ങി വരാം."

ഇഞ്ചക്ഷൻ വാങ്ങിക്കാനുള്ള പൈസയെടുക്കാനായി ഇളയച്ഛൻ അകത്തേക്ക് പോയി. ഞങ്ങൾ പിറകെ പോയില്ല. സാധാരണ ഇളയച്ഛൻ അകത്തേക്ക് പോയാൽ, ഞങ്ങൾ ഡോറിന്റെ പുറത്തു നിന്ന് എത്തിനോക്കും, പെട്ടിയിലെ പൈസ കാണാൻ. അപ്പോൾ ഇളയച്ഛന് ദേഷ്യം വരും, വഴക്കു പറയും. ചിലപ്പോൾ ഞങ്ങളെ അടിക്കാനായി വരും. സുഖമില്ലാത്ത ആളിനെ ടെൻഷനടിപ്പിക്കേണ്ടെന്ന് കരുതി അന്ന് ഞാനും അപ്പുവും വരാന്തയിൽതന്നെ നിന്നു. പക്ഷേ ഇളയച്ഛൻ ഞങ്ങളെ രണ്ടുപേരെയും പെട്ടിയുടെ അടുത്തേക്ക് വിളിച്ചു. ഞങ്ങൾ രണ്ടുപേരും കണ്ടതാ, കവറിൽ നിറയെ അഞ്ഞൂറിന്റെയും ആയിരത്തിന്റെയും നോട്ടുകൾ. ആ ക്യാഷ്ബാഗ് നിറയെ നൂറിന്റെയും അമ്പതിന്റെയും ചില്ലറകൾ. പതിവിലും വിപരീതമായുള്ള ഇളയച്ഛന്റെ ഈ മാറ്റം കണ്ടു ഞാനും അപ്പവും അതിശയത്തോടെ പരസ്പരം നോക്കി.

"എത്ര പൈസയാണ് വേണ്ടതെന്ന് വെച്ചാൽ നീയെടുത്തു കൊടുക്ക്" എന്നെന്നോട് പറഞ്ഞു.

"വലിയ നോട്ടൊന്നും വേണ്ട. ക്യാഷ് ബാഗിൽനിന്ന് ചില്ലറ എടുത്തു കൊടുക്കാം."

"എന്നാലും നീ 500 രൂപയോളം എടുത്തുകൊടുക്കൂ. അവൻ ബസ്സിനു പോയാലും തിരിച്ചു വരുമ്പോൾ ഓട്ടോ പിടിച്ചു വരട്ടെ."

പിന്നീട് ഇളയച്ഛൻ അന്ന് പുറത്തെവിടെയും പോയില്ല. അത്രപാട് പൈസ ഒരു കാരണവശാലും അന്ന് ചിലവാകില്ല. ഇളയച്ഛൻ ഹോസ്പിറ്റലിൽ പോയതിനുശേഷം ഇവിടെയുള്ളവർ ആരോ പെട്ടിയുടെ ലോക്ക് പൊട്ടിച്ച് പൈസ എടുത്തതാണ്. അത് ഇവിടെ താമസിക്കുന്ന എല്ലാവർക്കുമറിയാം."

ഞാൻ ഇത്രയും പറഞ്ഞപ്പോഴും വലിയമ്മാവൻ ഒരക്ഷരം പോലും മിണ്ടിയില്ല. അവരോട് രണ്ടുപേരോടും ഒന്നും ചോദിച്ചില്ല.

എനിക്കറിയാം, വലിയമാമൻ ഒരിക്കലും ചന്ദ്രമ്മാവനെ പിണക്കില്ല. ചന്ദ്രമ്മാവൻ ചെറിയ രാഷ്ട്രീയപാർട്ടിക്കാരെപോലെയാണ്. ഭരിക്കുന്ന പാർട്ടി വിളിച്ചാൽ അധികാരത്തിന് അവരോടൊപ്പം പോകും. ഇപ്പോൾ ശ്രീരാമമ്മാവന്റെ കൂടെയാണ്. നാളെ വല്യമ്മാവൻ വിളിച്ചാലും കൂടെ പോകും. ചന്ദ്രമ്മാവനെ കൂടെ നിർത്തി വല്യമ്മാവൻ ലക്ഷ്യമിടുന്നത് നാളെ ഈ തറവാടും സ്ഥലവും സ്വന്തമാക്കാനാണ്. അതിന്നും ഇന്നലെയും ചിന്തിക്കാൻ തുടങ്ങിയതല്ല. വളരെ മുൻപ് തന്നെ വലിയമ്മാവൻ കണക്കുകൂട്ടിയതാണ്. അമ്മയെ അകറ്റി നിർത്തിയും മറ്റെല്ലാവരെയും ചിരിച്ചുകൊണ്ട് കൂടെ നിർത്തുന്നു അമ്മാവന്റെ പിന്തുണയോടെ അമ്മായി.

പന്ത്രണ്ട്

പുഴയിൽ നിന്നും വീശുന്ന തണുത്ത കാറ്റ് മുഖത്ത് തട്ടുമ്പോഴാണ് ബസ് പാലം വഴി കടന്നുപോകുകയാണെന്ന് അറിഞ്ഞത്. എനിക്ക് ഇറങ്ങാനുള്ള സ്റ്റോപ്പ് എത്താറായിരിക്കുന്നു. മെഡിക്കൽ കോളേജീന്ന് ഇറങ്ങിയതിനുശേഷം എന്തൊക്കെയോ ആലോചിച്ചു നടന്നപ്പോൾ ജ്യൂസ് കുടിക്കാൻ മറന്നുപോയി. വല്ലാത്ത ദാഹം. ബാഗിൽ നിന്നും ഒരു നാരങ്ങമുട്ടായി എടുത്തു വായിലിട്ടു. നേരത്തെ എഴുന്നേറ്റ് നിന്നില്ലെങ്കിൽ ആരും ഇറങ്ങാനില്ലെന്നു കരുതി ബസ് സ്റ്റോപ്പിൽ നിർത്താതെ പോകും. അതുകൊണ്ട് സാവകാശം എഴുന്നേറ്റ് ഡോറിനടുത്തു വന്നു നിന്നു.

സ്റ്റോപ്പിൽ ഞാൻ അല്ലാതെ മറ്റാരും ഇറങ്ങാനില്ല. ഇന്ന് ഞായറാഴ്ചയായതുകൊണ്ട് മിക്ക കടകളും അടഞ്ഞുകിടക്കുന്നു. സ്റ്റാൻഡിൽ ഒരു ഓട്ടോ പോലുമില്ല. ഇനി ഈ വെയിലത്ത് ഓട്ടോ വരുന്നതുവരെ നിൽക്കണം. ബേക്കറി തുറന്നിട്ടുണ്ട്. വത്സലേച്ചി പേപ്പർ വായിച്ചുകൊണ്ട് ഒറ്റയ്ക്കിരിക്കുന്നു. ഓട്ടോ വരുന്നതുവരെ ചേച്ചിയോട് പോയി സംസാരിക്കാം.

അങ്ങോട്ട് നടക്കുമ്പോഴാണ് പിറകിൽ നിന്ന് ഒരു വാഹനത്തിന്റെ ഫോൺ കേട്ടത്. തിരിഞ്ഞുനോക്കുമ്പോഴേക്കും ആ കാർ എന്റെടുത്ത് വന്നു നിന്നു.

ഗ്ലാസ് താഴ്ത്തി എന്നോട് ചോദിച്ചു. “കീർത്തി വീട്ടിലേക്കല്ലേ? ഞാൻ ഡ്രോപ്പ് ചെയ്യാം.”

ആളെ കണ്ടപ്പോൾ ഞാനതിശയിച്ചു.

“സുജിത്തേ, നീ എപ്പോൾ വന്നു?”

കാറിൽ കയറുന്നതിനിടയിൽ അവൻ എന്നോട് പറഞ്ഞു, “പെരുന്നാൾ പ്രമാണിച്ച് അഞ്ചു ദിവസം ലീവ് കിട്ടി. അതിന്റെ കൂടെ വീക്കെന്റും. ഒരാഴ്ച ഞാനും ലീവ് എടുത്തു. എല്ലാം കൂടി

രണ്ടാഴ്ചയായി. ഒന്നുരണ്ട് അത്യാവശ്യ കാര്യങ്ങളുണ്ടായിരുന്നു. പിന്നെ എല്ലാവരെയും ഒന്ന് കാണുകയും ചെയ്യാം. അങ്ങനെ വന്നതാണ്."

"അതേതായാലും നന്നായി സുജി, ഞാനിന്നു കുറച്ചു വൈകി. അതുകൊണ്ട് നിന്നെ കാണാൻ കഴിഞ്ഞു. അല്ലെങ്കിൽ ഇത്തവണ നീ വന്നത് ഞാൻ അറിയുകയേയില്ലായിരുന്നു. സാധാരണയായി ഞാൻ നിന്റെ വിവരങ്ങളൊക്കെ അറിഞ്ഞിരുന്നത് ഇളയച്ഛനിലൂടെ ആയിരുന്നു, ഇപ്പോൾ... ദുബായിൽ നിന്നും ഇങ്ങോട്ട് വരുമ്പോഴേ നിന്നെ ഒന്ന് കാണണമെന്ന് ഞാൻ തീരുമാനിച്ചിരുന്നു. വന്ന ഉടനെ കുറച്ച് തിരക്കായിപ്പോയി. അല്ലെങ്കിൽ നിന്നെ ഓഫീസിലോ വീട്ടിലോ വന്നു ഞാൻ കണ്ടേനേ."

ഞാൻ ചിരിച്ചു.

"അമ്മയെ വിളിക്കുമ്പോൾ നിന്നെക്കുറിച്ച് ഞാൻ എന്നും അന്വേഷിക്കാറുണ്ട്. ബിബിസി നാരായണിയേച്ചിയിൽ നിന്നും കിട്ടുന്ന നിന്റെ വിവരങ്ങളൊക്കെ അമ്മ എന്നോട് പറയാറുണ്ട്. ഒന്ന് രണ്ട് തവണ നീ അമ്മയോട് പറഞ്ഞയച്ച അന്വേഷണങ്ങളും എനിക്ക് കിട്ടിയിട്ടുണ്ട്. കുറച്ചുദിവസം മുമ്പ് സൺഡേ സ്പെഷ്യൽ മാഗസിനിൽ ഞാൻ നിന്റെ ഒരു റിപ്പോർട്ട് വായിച്ചു. ഇവിടുന്ന് പോയതിനുശേഷം ഞാൻ അധികമൊന്നും വായിക്കാറില്ല. റേഡിയോയിലോ ടിവിയിലോ ന്യൂസ് ഒക്കെ കേൾക്കും. ഇത് നമ്മുടെ നാടിനെക്കുറിച്ചയതുകൊണ്ടാണ് എന്റെ ശ്രദ്ധയിൽപ്പെട്ടത്. അമ്മയും അമ്മമ്മയും പറഞ്ഞുതന്ന കുറച്ചു കാര്യങ്ങളൊക്കെ അവിടുന്നുമിവിടുന്നുമായി അറിയാം. പക്ഷേ ഇത്ര വിശദമായി കാര്യങ്ങളറിയാൻ കഴിഞ്ഞത് നിന്റെ റിപ്പോർട്ട് വായിച്ചപ്പോഴാണ്. അതിന്റെ കൂടെ നീ എഴുതിയ ഇന്ത്യയുടെ ചരിത്രവും എനിക്ക് മോർ ഇൻഫർമേറ്റിവ് ആയിരുന്നു. ഹിസ്റ്ററിയൊക്കെ സ്കൂളിൽ പഠിച്ചിട്ടുണ്ട്. പക്ഷേ ഈ കാര്യങ്ങളൊന്നും എനിക്കത്ര അറിയില്ല."

"സുജി... നാടിനെക്കുറിച്ച് എനിക്കും കൂടുതലറിവില്ല, പലരോടും അന്വേഷിച്ചാണ് ഞാൻ റിപ്പോർട്ട് തയ്യാറാക്കിയത്. പക്ഷേ ചരിത്രം മനപ്പൂർവ്വം ഞാൻ ഇതിന്റെ കൂടെ എഴുതിച്ചേർത്തതാണ്. നമ്മുടെ ആളുകളുടെ ഇടയിലുള്ള തെറ്റിദ്ധാരണ മാറ്റാൻ... ജനങ്ങളെ വേർതിരിക്കാൻ വേണ്ടി ഇന്ന് നമുക്ക് കിട്ടുന്ന പല അറിവും ശരിയല്ല. ഇന്ത്യയുടെ ചരിത്രത്തിൽ മധ്യകാലത്ത് മുസ്ലീം രാജാക്കന്മാർ ഭരിച്ചതുകൊണ്ടാണ് സതി എന്ന ദുരാചാരം നിലവിൽ വന്നത് എന്നാണ് പലരും മനസ്സിലാക്കിയതും ഇന്ന് പ്രചരിപ്പിക്കുന്നതും. ഈയൊരു ദുരാചാരം വളരെ പണ്ടുമുതൽക്കുതന്നെ ഉത്തരേന്ത്യയിൽ ചില

ഭാഗങ്ങളിൽ നടക്കുന്നുണ്ടായിരുന്നു. ഭാഗവതപുരാണത്തിൽ പറയുന്നുണ്ട്, കൃഷ്ണന്റെ സ്വർഗ്ഗാരോഹണത്തിന് ശേഷം രുഗ്മിണിയും മറ്റു ഭാര്യമാരും കൂട്ടത്തോടെ അഗ്നിയിൽ പ്രവേശിച്ചത്. യുദ്ധത്തിൽ പരാജയപ്പെടുത്തിക്കഴിഞ്ഞാൽ ആ രാജ്യം അവരുടെ അധീനതയിൽപ്പെടുത്തുമ്പോൾ അന്തപ്പുരത്തുള്ള സ്ത്രീകളോട് അപമര്യാദയായി പെരുമാറുന്നതുകൊണ്ടാണ് അവർ കൂട്ടത്തോടെ അഗ്നിയിൽ ചാടി ആത്മഹത്യ ചെയ്യുന്നതെന്നാണ് ഇന്ന് ആളുകളുടെയിടയിൽ ചിലർ ഇപ്പോൾ പ്രചരിപ്പിക്കുന്നത്. അവരുടെ ഭർത്താക്കന്മാർ കൊല്ലപ്പെട്ടതുകൊണ്ടാണ് അവർ അഗ്നിയിൽ ചാടി ആത്മഹത്യ ചെയ്യുന്നത്.

വില്യം ബെൻഡിങ് പ്രഭുവാണ് സതി എന്ന ദുരാചാരം ഇന്ത്യയിൽ നിർത്തലാക്കിയത്. പലരും പഠിച്ചു വെച്ചത് രാജാറാം മോഹൻ റായ് സതി നിർത്തലാക്കി എന്നാണ്. റാം മോഹൻ റായ്യുടെ മൂത്ത സഹോദരൻ ജഗ്മോഹൻ റായി മരണപ്പെട്ടപ്പോൾ 17 വയസ്സ് മാത്രം പ്രായമുള്ള ഏട്ടത്തിയമ്മ ആ ചിതയിൽ ചാടി. മോഹൻ റായ് തടയാൻ ശ്രമിച്ച എങ്കിലും ആദ്യം അവരത് അനുസരിച്ചില്ല. പിന്നീട് തീയിൽ നിന്നും രക്ഷപ്പെടാൻ ശ്രമിച്ചപ്പോൾ അവിടെ കൂടിയിരുന്ന പുരോഹിതന്മാർ അവരെ തീയിലേക്കുതന്നെ എടുത്തിട്ടു. ഈ സംഭവമാണ് രാജാറാം മോഹൻ റായിയെ നിയമപരമായി സതി നിർത്തലാക്കിപ്പിക്കാൻ മുൻകൈയെടുക്കാൻ പ്രേരിപ്പിച്ചത്.”

“കീർത്തി.... ഞാനും പഠിച്ചത് രാജാറാം മോഹൻ റായി സതി നിർത്തലാക്കി എന്നു തന്നെയാണ്. ആദ്യം ആ റിപ്പോർട്ട് എഴുതിയ ആൾ നീയാണെന്ന് എനിക്ക് മനസ്സിലായില്ല. കാർത്തിക ഷാലിമാർ എന്നാണ് അതിൽ എഴുതിക്കണ്ടത്. പിന്നെ ഓർത്തപ്പോൾ സ്കൂളിൽ നിന്റെ പേര് കാർത്തികയാണെന്ന് ഓർമ വന്നു. പിന്നെ അമ്മയോട് അന്വേഷിച്ചപ്പോഴാണ് പറഞ്ഞത് നീ തന്നെയാണത്, നിന്റെ വീടിന്റെ പേരാണ് ഷാലിമാറെന്നും. അതൊരു വ്യത്യസ്തമായ പേരാണ്. ആ പേര് ആരാണ് നിങ്ങളുടെ വീടിന് സജസ്റ്റ് ചെയ്തത്?”

“നീ ദുബായിൽ നിന്ന് വന്നതല്ലേ, നീ ഈ റോഡും ഇതിന്റെ സൈഡിലുള്ള ഓരോ വീടിന്റെ പേരും നോക്ക്. സ്വർഗത്തിലേക്ക് പോകുന്ന വഴി ആണെന്ന് തോന്നും. റോഡ് നിറയെ കുണ്ടും കുഴിയും. വീടിന്റെ പേരുകളോ ദ്വാരക, ശ്രീകൃഷ്ണ, ഗോകുലം, അമ്പാടി, കൃഷ്ണകൃപ. എന്റെ അച്ഛൻ അർജുനന്റെ ശങ്കായ ദേവദത്തം എന്നാണ് വീടിന് ഇടാൻ കരുതിയ പേര്. ഞാനാണ്

ഷാലിമാർ എന്ന പേരിട്ടത്. കാശ്മീരിലെ ശ്രീനഗറിൽ ഷാജഹാന്റെ കാലത്ത് നിർമ്മിച്ച അതിമനോഹരമായ പൂന്തോട്ടം. ഞാൻ ചെയ്യുന്ന കാര്യങ്ങൾക്കൊന്നും എന്റെ അച്ഛനും അമ്മയും സപ്പോർട്ട് ചെയ്യാറില്ല, എൻകറേജും ചെയ്യാറില്ല. പക്ഷേ എന്റെ ആഗ്രഹങ്ങൾക്ക് അവരൊരിക്കലും എതിര് നിൽക്കാറില്ല. അതുകൊണ്ട് ഞാൻ ഷാലിമാർ എന്ന പേരിട്ടപ്പോൾ അവരൊന്നും പറഞ്ഞില്ല. നീ എന്നെ വിളിക്കുന്നത് കീർത്തിയെന്നല്ലേ, എനിക്ക് കാർത്തിക എന്ന പേരിടാനുണ്ടായ കാരണം അമ്മമ്മയുടെ പേര് കാർത്യാനി എന്നാ. അമ്മയ്ക്ക് എട്ടു വയസ്സുള്ളപ്പോഴാണ് അമ്മയുടെ അമ്മ മരിച്ചത്. ഇന്ന് ആ പേര് എന്നിലൂടെ അറിയപ്പെടുന്നു. എനിക്കും കാർത്തിക എന്നു തന്നെയാ ഇഷ്ടം."

"കീർത്തി സംസാരിച്ചുകൊണ്ടിരിക്കുമ്പോഴാണ് എനിക്ക് ഓർമ്മ വന്നത്. നിന്റെ വീട്ടിലെ ഇളയച്ഛൻ മരിച്ചുപോയല്ലേ? അമ്മ എന്നോട് കാര്യങ്ങളൊക്കെ പറഞ്ഞു. വലിയ കഷ്ടമായിപ്പോയി അയാളോട് നിങ്ങളെല്ലാവരും ചെയ്തത്. അവസാന നാളുകളിലും മരിച്ചതിനു ശേഷം നിന്റെ വീട്ടുകാർ കാണിച്ച കാര്യങ്ങളാണ് വളരെ മോശമായിപ്പോയത്. അമ്മയൊക്കെ ഇത്ര അടുത്തായിട്ടുപോലും കുറെ ദിവസം കഴിഞ്ഞാണ് മരിച്ച വിവരമറിഞ്ഞത്. അതും നാരായണിയേച്ചി പറഞ്ഞിട്ട്. പത്രത്തിൽ പോലും ഒരു ഫോട്ടോയോ വാർത്തയോപോലും കൊടുത്തില്ല അല്ലേ? വീട്ടിലെ വളർത്തുമൃഗങ്ങളോടുപോലും ഇതിനേക്കാൾ സ്നേഹം കാണുമെന്നു നാരായണിയേച്ചി അമ്മയോട് പറഞ്ഞു. ആ മനുഷ്യൻ മരിച്ചത് ആ വീട്ടിലുള്ളവർ നായ ചത്തതുപോലെ ആക്കിയെന്ന്."

"സുജിത്ത്... നാരായണേച്ചി മാത്രമല്ല പലരും എന്നോട് ഇതു തന്നെ പറഞ്ഞു. പത്രത്തിൽ കൊടുത്ത വാർത്ത ആർക്കും വായിച്ചാൽ മനസ്സിലാവാത്ത രീതിയിലാണ്. പിന്നെ ഫോട്ടോ, എന്റെ വീട്ടിലെ കാര്യങ്ങളൊക്കെ നിനക്ക് അറിയാവുന്നതല്ലേ. നമ്മുടെ സൗഹൃദത്തിന് ഒരുപാട് വർഷത്തെ പഴക്കമില്ലേ. ഞാൻ ഒരു കാര്യവും നിന്നിൽ നിന്നും മറച്ചുവെക്കുന്നില്ല. ഫോട്ടോ കൊടുക്കാൻ ഇളയച്ഛന്റെ ഫോട്ടോ ഞങ്ങളുടെ കൈയിലില്ല. കുടുംബത്ത് നടക്കുന്ന ഒരു ഫംഗ്ഷനിലും ഇളയച്ഛനെ പങ്കെടുപ്പിക്കാറില്ല. ഇതുവരെ ഇളയച്ഛന്റെ ഒരു ഫോട്ടോയും ഞങ്ങളെടുത്തിട്ടില്ല. കർമ്മങ്ങളൊന്നും ചെയ്യിച്ചില്ലെങ്കിലും ഇളയച്ഛന്റെ പൈസയെടുത്ത് അന്നദാനം നടത്തണമെന്ന് അമ്മ പറഞ്ഞിരുന്നു. പക്ഷേ അതൊക്കെ ആര് കേൾക്കാൻ? പെട്ടിയിൽ ഉണ്ടായതോ അഞ്ച് രൂപയുടെ അഞ്ച് നാണയങ്ങളും. ആ പൈസയും അത് ഇട്ടുവച്ച ബാഗും കണ്ണൻ

എടുത്തു. കിച്ചുവിന് നോമിനി വെച്ച പൈസ അവൻ 18 വയസ്സിൽ മാത്രമേ എടുക്കാനാവൂ എന്നാണ് പറഞ്ഞത്. പക്ഷേ മരിച്ച് 18 ദിവസം ആകുന്നതിനു മുന്നേ ചന്ദ്രമ്മാവൻ ആ പൈസ എടുത്തു. ഗായത്രി ആന്റിയെ നോമിനി വെച്ച പൈസ ആരും അറിയാതെ അവർ ബാങ്കിൽ വന്നെടുത്തു ശ്രീരാമമ്മാവനെ ഏൽപ്പിച്ചു. തറവാട് വീട് പൊതുസ്വത്തല്ലേ? അച്ഛപ്പൻ മരിച്ചതിനുശേഷം ആ വീടിനുവേണ്ടി ആരും ഒന്നും ചിലവാക്കിയില്ല. ഇളയച്ഛന്റെ പൈസകൊണ്ടാണ് ഇപ്പോൾ മുറ്റം ഇന്റർലോക്ക് ചെയ്തത്. ഇളയച്ഛന്റെ പെട്ടിയിൽ ഉണ്ടായ വസ്ത്രങ്ങളെല്ലാം ശ്രീരാമമ്മാവൻ ദാനം കൊടുത്തു, പേരിനു വേണ്ടി. എന്നെ അതിൽ ഏറ്റവും കൂടുതൽ സങ്കടപ്പെടുത്തിയത്, ബിബിസി നാരായണിയുടെ മകൻ പറഞ്ഞ കാര്യമാണ്. ചന്ദനത്തിരി വാങ്ങിക്കാനായി പൈസയ്ക്ക് ചോദിച്ചപ്പോൾ ശ്രീരാമമ്മാവൻ പറഞ്ഞുവത്രെ അതൊക്കെ ഏട്ടനോട് ചോദിച്ചാൽ മതി ഞാൻ തരില്ലെന്ന്. പുറമേ നിന്ന് കാണുന്നവർക്ക് നമ്മളും അവരും തമ്മിൽ ഒരു പ്രശ്നവുമില്ലെന്നു തോന്നും. ശീതസമരം തുടങ്ങിയിട്ട് വർഷങ്ങളായി. അവർ നമ്മൾ അമ്മയെയും മക്കളെയും ഏതാണ്ട് പൂർണമായും ഒഴിവാക്കി. പുറമേയുള്ള ആളുകൾ അറിഞ്ഞാൽ മോശമാണെന്ന് കരുതിയാണ് ഞങ്ങൾ മിണ്ടാതിരിക്കുന്നത്."

"കാര്യങ്ങളൊക്കെ എനിക്കറിയാം. നീ പറഞ്ഞിട്ടു മാത്രമല്ല. പുറമെയുള്ള ആളുകൾക്കുമറിയാം. നിങ്ങളെക്കുറിച്ച് ആർക്കും പരാതി ഒന്നുമില്ല."

"സുജി... പക്ഷേ എന്റെ കയ്യിൽ നിന്നും ഒരബദ്ധം പറ്റി. ആലോചിക്കുംതോറും എന്റെ മനസ്സ് ചുട്ടുപൊള്ളുകയാ. ഞാനൊരിക്കലും ഇങ്ങനെ സംഭവിക്കുമെന്ന് കരുതിയില്ല. ആരെങ്കിലും ഒരാളോട് തുറന്നു പറയേണ്ടതുകൊണ്ടാണ് ഞാൻ നിന്നോട് പറയുന്നത്. ഈ ഇളയച്ഛനെ അവസാന നാളുകളിൽ ഞാനൊന്ന് കാണാൻ പോയില്ല. ഒരു ചെറിയ വാശി എല്ലാം ഇളയച്ഛൻ അവർക്ക് വേണ്ടിയല്ലേ ചെയ്തത്? അവർതന്നെ നോക്കട്ടെ എന്ന് കരുതി. ഹോസ്പിറ്റലിൽ പോകുന്ന ദിവസം വൈകുന്നേരം അവസാനമായി ഞാൻ കണ്ട ഇളയച്ഛന്റെ മുഖം എന്റെ മനസ്സിൽ അതുപോലെ നിറഞ്ഞുനിൽക്കുന്നു. അത് എന്റെ കുറ്റബോധം കൂട്ടുന്നു."

"ചെയ്യേണ്ടത് നീയല്ല നിന്റെ അമ്മാവന്മാരാണ്. നീ തെറ്റൊന്നും ചെയ്തിട്ടില്ല. നിന്റെ സ്ഥാനത്ത് ആരായാലും ഇങ്ങനെയൊക്കെയേ പ്രവർത്തിക്കുകയുള്ളൂ."

കാർ സ്കൂളിനടുത്തെത്തി.

"എനിക്ക് കുറച്ചു കാര്യങ്ങൾ കീർത്തിയോട് സീരിയസായി സംസാരിക്കാനുണ്ട്. നിന്റെ മൊബൈൽ നമ്പർ ഒന്ന് തരുമോ?"

"ഞാനിതുവരെ മൊബൈൽ വാങ്ങിയിട്ടില്ല. ഫീസൊക്കെ കൊടുത്ത് അച്ഛനും അമ്മയും എന്നെ പഠിപ്പിച്ചതല്ലേ, മൊബൈൽ അവരെക്കൊണ്ട് വാങ്ങിപ്പിക്കേണ്ടെന്ന് കരുതി. ഞാൻ എന്റെ ശമ്പളം കൊണ്ട് മുന്നാലു മാസത്തിനകം ഒരു മൊബൈൽ വാങ്ങിക്കും. മൊബൈൽ ഇപ്പോൾ കോമണായി വരുന്നതല്ലേയുള്ളൂ. നിന്റെ നമ്പർ താ. ഞാൻ വിളിക്കാം. ഇനി ഒരാഴ്ചയും കൂടി നി കാണുമല്ലോ?"

"ഇതാണ് എന്റെ വിസിറ്റിംഗ് കാർഡ്. ഇതിൽ എന്റെ ദുബായിലെ ഫുൾ ഡീറ്റെയിൽസുമുണ്ട്. പുറകിൽ ഇവിടത്തെ ഡിറ്റെയിൽസും. നിന്നെ ഞാൻ വീടുവരെ കൊണ്ടുവിടാം."

"വേണ്ട സുജി... എന്നെ നി ഇവിടെ വിട്ടാൽ മതി. ഇനി രണ്ട് മിനിറ്റ് നടന്നു പോകേണ്ട ദൂരമല്ലേയുള്ളൂ. ഞാൻ പൊയ്ക്കൊള്ളാം. ഞാൻ വിളിക്കാം. ഞാൻ വിളിക്കാം. ഓകെ."

പതിമ്മൂന്ന്

ഷാലിമാറിന്റെ ഗേറ്റ് തുറന്ന് അകത്തേക്ക് നടക്കുമ്പോൾ വരാന്തയിൽ അമ്മ എന്നെയും കാത്തിരിക്കുന്നു. സ്റ്റെപ്പ് കയറി വരാന്തയിലെത്തിയപ്പോൾ കുടിക്കാനുള്ള വെള്ളം തരുന്നതിനിടയിൽ അമ്മ ചോദിച്ചു, “നീ എന്താ ഇന്ന് വരാൻ വൈകിയത്? ഞാൻ ടെൻഷൻ ആയിരിക്കുകയായിരുന്നു.”

“ഈ ഞായറാഴ്ച വിസിറ്റ് ചെയ്തത് മെഡിക്കൽ കോളേജാണ്. അവിടുത്തെ രോഗികളോടൊപ്പം കുറെ സമയം ചെലവഴിച്ചു. നാലു മാസങ്ങൾക്കു മുമ്പ് ഒരു മനുഷ്യത്വമില്ലാത്ത പ്രവർത്തിക്ക് നമ്മളും സാക്ഷിയായതല്ലേ. ആലോചിക്കുംതോറും എന്റെ മനസ്സ് നീറുകയാണ്.”

“അത് ചെയ്തവർക്ക് ഒരു വിഷമവുമില്ല. പിന്നെ നീ എന്തിനാ ഇങ്ങനെ വേദനിക്കുന്നത്?”

“അമ്മേ, പൂർണമായും നമുക്കതിൽനിന്ന് ഒഴിഞ്ഞുമാറാനാകുമോ? ഓർമ്മവച്ച നാൾ മുതലേ നമ്മൾ കണ്ടുകൊണ്ടിരിക്കുകയും കുറെ നാൾ നമ്മളോടൊപ്പം താമസിക്കുകയും ചെയ്തതല്ലേ ഇളയച്ഛൻ. ചെയ്തത് തെറ്റാണെന്ന് ഇപ്പോൾ മനസ്സിലായില്ലെങ്കിലും കാലം അവർക്കത് മനസ്സിലാക്കിക്കൊടുക്കും. ചെയ്ത തെറ്റിനെല്ലാം ഈ ഭൂമിയിൽതന്നെ ഉത്തരം പറയേണ്ടിവരും.”

“മോളേ, സമയം ഒരുപാട് വൈകി. നീ പെട്ടെന്ന് വന്ന് ഭക്ഷണം കഴിക്ക്.”

“ഹോസ്പിറ്റലിൽ പോയി വന്നതല്ലേ. പെട്ടെന്ന് ഞാനൊരു ഡെറ്റോൾ കുളി കുളിച്ചിട്ട് വരാം. അമ്മ പോയി ഭക്ഷണം എടുത്തു വെച്ചോളൂ.”

അലമാരയിൽ അടുക്കിവെച്ച പുസ്തകങ്ങൾ കൈകൊണ്ട് തലോടുമ്പോൾ എന്റെ വിരൽ ചെറുതായി വിറയ്ക്കുന്നതുപോലെ

തോന്നി. ഇതൊക്കെ ഇളയച്ഛന്റെ പുസ്തകങ്ങളാണ്. വീടിനകത്തെ ഒറ്റപ്പെടലിൽ നിന്നും ആശ്വാസം കിട്ടാൻ തുടങ്ങിയ വായനശീലം ആയിരക്കണക്കിന് രൂപയുടെ പുസ്തകങ്ങൾ വാങ്ങിക്കൂട്ടി. ഇവയിൽ പലതും ഞാൻ ജനിക്കുന്നതിന് മുമ്പുതന്നെ പ്രസിദ്ധീകരിക്കപ്പെട്ടതാണ്. ഞാൻ സ്വന്തമാക്കാനാഗ്രഹിച്ച ഒരുപാട് പുസ്തകങ്ങളും ഇതിലുണ്ട്. പക്ഷേ ഞാൻ സ്വപ്നത്തിൽപോലും ചിന്തിച്ചില്ല ഇളയച്ഛന്റെ പുസ്തകങ്ങൾ സ്വന്തമാക്കാൻ. പുസ്തകത്തിന്റെ വിലയോ മൂല്യമോ അമ്മമ്മയ്ക്കറിയില്ല. സ്ഥലം കാലിയാക്കാൻ ഇവയൊക്കെ തങ്കമണിക്ക് കിലോക്ക് വിലയിട്ട് തൂക്കിവിൽക്കും. ഇളയച്ഛന്റെ വില മതിക്കാനാവാത്ത സമ്പത്താണ് ഈ പുസ്തകങ്ങൾ. ഒരു നിധി പോലെ ഈ കാലമത്രയും കാത്തുസൂക്ഷിച്ചു. ഇന്നിത് ആർക്കും വേണ്ട. ഞാൻ കൊണ്ടുപോയിക്കോട്ടെ എന്ന് ചോദിച്ചപ്പോൾ എല്ലാവർക്കും വലിയ സന്തോഷം. അങ്ങനെ എനിക്ക് കിട്ടിയതാണ് ഇതൊക്കെ.

ഇളയച്ഛൻ അവസാനമായി വായിച്ചുതീരാത്ത പുസ്തകം ഞാൻ അതുപോലെ ഇവിടെ എടുത്തുവച്ചിട്ടുണ്ട്. അത് കൈകൊണ്ട് തൊടാനുള്ള ശക്തി ഇപ്പോൾ എന്റെ മനസ്സിനില്ല. പലതും ചിന്തിച്ചെങ്കിലും എത്തുന്നതൊക്കെ ഒരു ചിന്തയിലാണ്. മെഡിക്കൽ കോളേജിൽ ഞാൻ ഇന്ന് കണ്ട കാഴ്ചകൾ. എന്തെങ്കിലും പുസ്തകം എടുത്തു വായിച്ചാൽ മനസ്സിന് ആശ്വാസം കിട്ടും. പലതവണ ഞാൻ വായിച്ച പുസ്തകമാണ് എത്ര തവണ വായിച്ചാലും മതിയാവാറില്ല. അനുരാധയെ എനിക്ക് അത്രയ്ക്ക് ഇഷ്ടമാണ്. 'മുമ്പേ പറക്കുന്ന പക്ഷി' കയ്യിലെടുത്ത് ജനലിലൂടെ വെറുതെ ഒന്ന് പുറത്തേക്കു നോക്കിയപ്പോൾ തറവാടിന്റെ മുറ്റത്ത് കണ്ണനും കിച്ചുവും അമ്മിണിയും കളിക്കുന്നു. വീടിന്റെ വാതിലൊക്കെ മലർക്കെ തുറന്നു വച്ചിട്ടുണ്ട്. അവിടെ ആരുമില്ലെന്ന് തോന്നുന്നു. ഞായറാഴ്ച ആയതുകൊണ്ട് അമ്മായി വീട്ടിൽ പോയിക്കാണും. അമ്മമ്മ പറമ്പിൽ എന്തെങ്കിലും മരാമത്ത് പണിയെടുക്കുന്നുണ്ടാവും. സാധാരണ കുഞ്ഞുങ്ങളെ ശ്രദ്ധിക്കുന്നത് ഇളയച്ഛനാണ്. ഇപ്പോൾ അവർക്ക് ഭയമില്ല, മുറ്റത്ത് നിന്ന് കളിക്കുന്നു. മൂന്നാഴ്ച ആശുപത്രിയിൽ ആയതിനുശേഷം മരിച്ചതുകൊണ്ട് അവർ ഇളയച്ഛനെ മറന്നു കാണും. അവിടെ പോയിരുന്നു പുസ്തകം വായിക്കാമെന്ന് കരുതി ഞാൻ സ്റ്റെയർകെയ്സ് ഇറങ്ങി നേരെ അങ്ങോട്ടേക്ക് നടന്നു.

തറവാടിന്റെ പൂന്തോട്ടത്തിൽ മതിലിടുത്തായി പടർന്നിരിക്കുന്ന പേരമരത്തിൽ അമ്മിണിക്ക് ആടാൻ കെട്ടിയിരിക്കുന്ന ഊഞ്ഞാലിൽ ഞാൻ ചെന്നിരുന്നു. വൈകുന്നേരം പടിഞ്ഞാറ് നിന്നും വീശുന്ന ഇളംതണുപ്പുള്ള കാറ്റുംകൊണ്ടിരിക്കാൻ ഒരു പ്രത്യേക

സുഖമാണ്. മനസ്സിന്റെ പ്രയാസങ്ങളൊക്കെ ആ കാറ്റിൽ അലിഞ്ഞില്ലാതാകും. നേരത്തെ ഞാൻ ഒരുപാട് തവണ ഇവിടെ വന്നിരുന്നിട്ടുണ്ട്. എന്തോ ഒരു ശക്തി എന്നെ ഇവിടെ പിടിച്ചുനിർത്തുന്നു. ഇവിടെ വളർന്നിരിക്കുന്ന ചെടിയും മരങ്ങളുമൊക്കെ നട്ട ആളുകൾ ഇന്ന് ജീവിച്ചിരിപ്പില്ല. അതിൽ സങ്കടം കാർത്യായനി അമ്മമ്മ നട്ട പൂച്ചെടികളാണ്. പനിനീർ ചെമ്പകം വലിയ മരമായിരിക്കുന്നു, മുല്ല വള്ളി പടർന്നു പന്തലിച്ചിരിക്കുന്നു. ഈ വീട്ടിൽ മൂന്നുമാസമേ അമ്മമ്മ താമസിച്ചിരുന്നുള്ളൂ. പനി വന്നത് കാരണം അവർ ഈ ലോകത്തോട് യാത്ര പറഞ്ഞു. മരങ്ങളും ചെടികളുമൊക്കെ നട്ടപ്പോൾ ഇതൊന്നും അനുഭവിക്കാൻ ഞാനുണ്ടാകില്ലെന്ന് അവർ ഒരിക്കലും കരുതിക്കാണില്ല. ഈ ചെടികളുടെ ഇടയിൽ ഇരിക്കുമ്പോഴും കൈകൊണ്ട് തൊടുമ്പോഴും ഇതിലൂടെ വീശുന്ന ഇളങ്കാറ്റ് എന്നെ തഴുകിപ്പോകുമ്പോഴും അമ്മമ്മയുടെ സ്പർശനവും സാമീപ്യവുമാണ് എനിക്ക് അനുഭവപ്പെടാറ്.

ഗേറ്റിനടുത്ത് ഒരു വാഹനം വന്നു നിൽക്കുന്ന ശബ്ദം കേട്ട് നോക്കിയപ്പോൾ, ഒരു കാർ വന്നു നിർത്തിയിരിക്കുന്നു. അതിൽ നിന്നും ഒരാൾ ഇറങ്ങി ഗേറ്റ് തുറന്ന് ഉള്ളിലേക്ക് നടന്നുവന്നു. കാത്തൂന്ന് വിളിച്ച് എന്റെ അടുത്തേക്ക് നടന്നു വരുന്ന ആളിനെ എനിക്ക് ആദ്യം മനസ്സിലായില്ല. അടുത്തെത്തിയപ്പോൾ അയാളെന്നോട് ചോദിച്ചു, “കാത്തൂന് എന്നെ മനസ്സിലായില്ലേ?”

ശ്രദ്ധിച്ചു നോക്കിയപ്പോൾ ഒരു സംശയം തോന്നി.

“റിയാസിക്ക...”

“അതെ. മറന്നിട്ടില്ല അല്ലേ?”

“കുറെ വർഷങ്ങളായില്ലേ നമ്മൾ തമ്മിൽ കണ്ടിട്ട്. പെട്ടെന്ന് കണ്ടപ്പോൾ ഒന്ന് സംശയിച്ചു. അത്രയേ ഉള്ളൂ. ഇക്ക ഒരുപാട് മാറിപ്പോയി.”

“നിന്നെ കണ്ടതുകൊണ്ടാണ് എനിക്ക് വീട് മനസ്സിലായത്. നിനക്കിപ്പോഴും ഒരു മാറ്റവുമില്ല. രണ്ടുമൂന്നു പ്രാവശ്യമായി ഞാൻ ഈ റോഡിൽ വീടറിയാതെ അങ്ങോട്ടുമിങ്ങോട്ടും പോകുന്നു. ഗേറ്റിൽ വീടിന്റെ പേരില്ലാത്തതുകൊണ്ട് എനിക്ക് മനസ്സിലായില്ല. ഒന്നുരണ്ടാളോട് ചോദിച്ചു. അവർ പറഞ്ഞുതന്നെങ്കിലും എനിക്ക് കണ്ടുപിടിക്കാനായില്ല. അപ്പോഴാണ് നീ ഊഞ്ഞാലിൽ ഇരിക്കുന്നത് കണ്ടത്.”

റിയാസിക്ക ഇളയച്ഛനെ അന്വേഷിച്ചു വന്നതായിരിക്കും. ഞാൻ ചിന്തിച്ചു.

“ഇക്കാ, നമുക്ക് വരാന്തയിൽ ഇരുന്നു സംസാരിക്കാം.”

"കാറിൽ ഉപ്പാപ്പ ഇരിപ്പുണ്ട്. ഞാൻ പോയി കൂട്ടിയിട്ട് വരാം."

റിയാസിക്ക ഗേറ്റിനടുത്തേക്ക് നടന്നു. ഇവരോട് ഞാൻ എങ്ങനെ പറയും എന്നലോചിച്ചു. ഞാൻ സാവകാശം വരാന്തയിലേക്ക് നടന്നു. റിയാസിക്ക അബ്ദുമാമയെയും കൂട്ടി വരാന്തയിൽ വന്നു കസേരയിലിരുന്നു.

"ഇംഗ്ലീഷ് ബസാറിൽനിന്നും തെക്കോട്ടേക്ക് കുറച്ച് ദൂരം വന്നു കഴിഞ്ഞാൽ വില്ല്യം ബെന്റിക് സ്കൂൾ കാണും. അതിന്റെ മുന്നിലുള്ള പടിഞ്ഞാറോട്ടുള്ള റോഡിലൂടെ വന്നാൽ വീട് എത്തും. രാമനിലയം എന്നാണ് പേര്. അങ്ങനെയാണ് ശങ്കുമാമ പറഞ്ഞുതന്നത്. ഈ വഴി വന്നപ്പോൾ ഒരു വീടിന്റെ ഗേറ്റിനും രാമനിലയം എന്നു കണ്ടില്ല. ശങ്കുമാമ പറഞ്ഞുതന്ന വഴിയൊക്കെ കറക്റ്റ് തന്നെയാണ്. ഈ റോഡിന് താമരക്കുളം എന്നല്ലേ പേര്? അന്വേഷിച്ചപ്പോൾ ചോദിച്ചയാൾ അതെ എന്ന് പറഞ്ഞു. വഴി തെറ്റിയിട്ടില്ലെന്ന് ഉറപ്പായി, പക്ഷേ വീട് കണ്ടെത്താനായില്ല."

സാധാരണയായി ഗേറ്റിൽ പേരില്ലെന്ന് ആരെങ്കിലും പറഞ്ഞാൽ സ്റ്റാൻഡേർഡ് ആയി പറയുന്ന ഒരു ഉത്തരമുണ്ട്. സത്യമാരോടും പറയാനാകില്ലല്ലോ.

"ഇക്ക, ഗേറ്റ് വച്ചതിനുശേഷമാണ് വീടിനു പേരിട്ടത്. അച്ഛപ്പൻ അച്ഛനോടുള്ള ഇഷ്ടംകൊണ്ട് വീടിന് കുഞ്ഞിരാമൻ എന്നു പേരിട്ടു. പക്ഷേ പരിഷ്കാരമില്ലാത്ത പേരായതുകൊണ്ട് മക്കൾക്ക് അച്ഛന്റെ അച്ഛന്റെ പേര് ഇഷ്ടമായില്ല. അവര് വീടിന് രാമനിലയമെന്ന് പേരിട്ടു. ഗേറ്റിന് പേര് എഴുതിയാൽ അച്ഛപ്പന് വായിക്കാൻ കഴിയും. കാഴ്ച പരിമിതി ഉള്ളതുകൊണ്ട് അച്ഛപ്പന് ചെറിയ അക്ഷരം വായിക്കാനാവില്ല. പോസ്റ്റിൽ അഡ്രസ്സിൽ വരുന്നതൊന്നും അച്ഛപ്പൻ ശ്രദ്ധിക്കില്ല. അതുകൊണ്ട് ഒരിക്കലും അച്ഛപ്പൻ വീടിന്റെ പേര് മാറ്റിയത് അറിഞ്ഞിട്ടില്ല. മരിക്കുന്നതിനു മുമ്പുതന്നെ വീടും സ്ഥലവും പൊതുസ്വത്തായി അച്ഛപ്പൻ എഴുതിവച്ചിരുന്നു. മരിച്ചതിനുശേഷം ആരുടെയും സ്വന്തമല്ലാത്തതുകൊണ്ട് ഗേറ്റ് മാറ്റാൻ ആരും തയ്യാറായില്ല."

റിയാസിക്ക പറഞ്ഞു, "ഈ റോഡിന്റെ പേര് താമരക്കുളം ആണെന്നറിയാം. ഇതിനടുത്ത് ഒരു താമരക്കുളം ഉണ്ടെന്നും. കുഞ്ഞുനാളിൽ എനിക്ക് ശങ്കുമാമ ഒരുപാട് താമരപ്പൂക്കൾ കൊണ്ടുതന്നിട്ടുണ്ട്. കുളം കണ്ടെത്തിയാൽ മാമയുടെ വീട് കണ്ടെത്താൻ കഴിയുമെന്ന് കരുതി വഴിയിൽ കണ്ട ഒരാളിനോട് താമരക്കുളം എവിടെയെന്ന് ചോദിച്ചു. "എറണാകുളത്തിന് കുളമുണ്ടായിട്ടല്ല ആ പേര് വന്നത്. ഇവിടെ ഈ റോഡിന് താമരക്കുളം എന്ന പേര് വന്നതും അങ്ങനെ തന്നെയാണ്. ഇവിടെ എവിടെയും താമരയുണ്ടാകുന്ന കുളമൊന്നുമില്ല."

അയാൾ ഇങ്ങനെയാണ് പറഞ്ഞത്. എനിക്ക് ചിരി വന്നു. ചിരിച്ചു കൊണ്ട് ഞാൻ പറഞ്ഞു, "എറണാകുളത്ത് കുളം ഉണ്ടോ എന്ന് എനിക്കറിയില്ല."

"ആ പറഞ്ഞയാൾ പുതിയ തലമുറയിൽപെട്ടതായിരിക്കും. അതാണ് അയാൾക്ക് അതറിയാതെ പോയത്. ഇവിടെ ഒരു താമര ക്കുളമുണ്ടായിരുന്നു. പക്ഷേ അത് കുളമല്ല. നിറയെ താമരപ്പൂക്കൾ ഉണ്ടാകുന്ന വലിയൊരു ചളിക്കുഴിയാണ്. പൂക്കളുടെ ഭംഗി കാണാൻ പോയവരും പൂപ്പറിക്കാൻ ശ്രമിച്ചവരും ആ ചളിക്കുഴിയിൽപെട്ട് അപകടം സംഭവിച്ചിരുന്നു. അതിൽ ഭൂരിപക്ഷവും കുട്ടികളായിരുന്നു. അവിടെ പോകാതിരിക്കാനായി പല തടസ്സങ്ങളും വച്ചു, പക്ഷേ അതൊന്നും ഫലം കണ്ടില്ല. മിടുക്കന്മാരായ രണ്ടു കുട്ടികൾ ആ ചളിയിൽ പെട്ട് ജീവൻ നഷ്ടപ്പെട്ടു. അപകടം ഒരു നിത്യസംഭവ മായപ്പോൾ ഇവിടുത്തെ ആളുകളൊക്കെ ചേർന്ന് ഈ ചളിക്കുഴി മൂടി. അങ്ങനെ താമരപ്പൂക്കളും ഇല്ലാതായി. ജനങ്ങൾക്കുണ്ടാകുന്ന അപകടത്തെക്കാൾ വലുതല്ലല്ലോ താമരപ്പൂക്കളുടെ ഭംഗി."

"എനിക്ക് ഈ വീട്ടിൽ അറിയാവുന്നത് ശങ്കുമാമയെയും കാത്തു വിനെയുമാണ്. ഇവിടെ നിങ്ങളെ അന്വേഷിച്ചപ്പോൾ ആർക്കും അറിയില്ല."

"ഈ നാട്ടിൽ ശങ്കരമേനോൻ എന്ന് ചോദിച്ചാൽ ആർക്കുമറി യില്ല. ഇളയച്ഛൻ എന്ന് ചോദിക്കണം. അതുപോലെ തന്നെയാണ് എന്നെയും. കീർത്തി എന്ന് ചോദിച്ചാലേ ആളുകൾക്കറിയൂ. എന്റെ സർട്ടിഫിക്കറ്റിലെ പേരാണ് കാർത്തിക. ഒന്നിച്ചു പഠിച്ചവർക്കേ അത റിയൂ."

"ഞാനും ഉപ്പാപ്പയും ശങ്കുമാമയെ അന്വേഷിച്ചാണ് വന്നത്. മൂന്നാലു മാസമായി മാമയുടെ ഒരു വിവരവുമില്ല."

അപ്പോൾ അബ്ദുമാമ പറഞ്ഞു, "കഴിഞ്ഞ ജൂണിലാണ് ഞാൻ ശങ്കുഇക്കയെ ഒടുവിൽ കണ്ടത്. പിന്നീട് ഒരറിവുമില്ല. പലതവണ ഞാൻ ഫോൺ ചെയ്തു നോക്കി, ചിലസമയം ആരും എടുക്കാറില്ല. ഒന്നുരണ്ട് തവണ ഫോൺ എടുത്തു. ഇളയച്ഛൻ പോയെന്നു പറഞ്ഞു. എവിടെപ്പോയെന്നും അവിടുത്തെ നമ്പർ ഒന്ന് തരുമോ എന്നും ചോദിച്ചപ്പോൾ ഒന്നും പറഞ്ഞില്ല. ഫോൺ കട്ട് ചെയ്തു. ഇടയ്ക്ക് കുറെനാൾ എനിക്കും സുഖമില്ലായിരുന്നു. സോഡിയം കുറവും ഹാർട്ടിന് ചെറിയ പ്രശ്നവുമൊക്കെയായി കുറെ ദിവസം ഹോസ് പിറ്റലിൽ കടന്നു. അപ്പോഴൊക്കെ ഞാൻ ഓനെക്കുറിച്ച് ഭാര്യയോട് അന്വേഷിച്ചിരുന്നു. വീട്ടിലേക്ക് വിളിക്കുകയോ വരുകയോ ചെയ്തി ല്ലെന്ന് ഓള് പറഞ്ഞു. അവരവർക്ക് കഴിഞ്ഞാൽ അല്ലേ മറ്റുള്ളവരെ

അന്വേഷിക്കുക. എന്തെങ്കിലും ആവശ്യത്തിനു ബന്ധുക്കളുടെ കൂടെ പോയിട്ടുണ്ടാകുമെന്ന് കരുതി.

എന്റെ അസുഖം ഭേദമായി ഹോസ്പിറ്റലിൽ നിന്ന് വന്നതിനു ശേഷം നമ്മൾ കുറച്ചുദിവസം വീടുപൂട്ടി മോളുടെയടുത്തു പോയി താമസിച്ചു. മോളുടെ വീടും അവിടുത്തെ നമ്പറുമോക്കെ ഓന് നന്നായറിയാം. സാധാരണ ഇവിടെ കണ്ടില്ലെങ്കിൽ എന്നെ അവിടെ അന്വേഷിച്ചു വരുന്ന ആളാണ്. എന്നാൽ ഇത്തവണ അതുണ്ടായില്ല. എന്തായാലും ഓൻ ഓണത്തിന് വരും. പക്ഷേ ഇത്തവണ അതും ഉണ്ടായില്ല. എനിക്ക് തീരെ വയ്യായിരുന്നു മോളേ. അതാണ് ഞാൻ ആ സമയത്ത് നേരിട്ട് അന്വേഷിച്ച് വരാതിരുന്നത്. ഞാൻ ഫോണിൽ വിളിച്ചപ്പോൾ ഇനി ഇളയച്ഛനെ ചോദിച്ച് ഇവിടെ വിളിക്കേണ്ടെന്ന് പറഞ്ഞു. ഓന് എന്തുപറ്റിയെന്നറിയാതെ ഞാൻ വിഷമിച്ചു. പക്ഷേ പെരുന്നാളിനുംകൂടി കാണാതായപ്പോൾ എനിക്ക് അത് എന്താണെന്ന് അന്വേഷിക്കാതിരിക്കാൻ കഴിഞ്ഞില്ല. അതുകൊണ്ടാണ് ഞാൻ ഇവനെയും കൂട്ടി ഇങ്ങോട്ട് വന്നത്.

കഴിഞ്ഞ എത്രയോ വർഷങ്ങളായി ഞാനും ഓനും പെരുന്നാൾ കൂടുന്നത് ഒന്നിച്ചാണ്. എവിടെയുണ്ടെങ്കിലും എന്ത് വിഷമമുണ്ടെങ്കിലും ഏറെ പ്രയാസപ്പെട്ടാലും പെരുന്നാളിന് ഞങ്ങൾ ഒത്തുചേരും. ഇത്തവണ ഓൻ ഇല്ലാതെ പെരുന്നാൾ ആഘോഷിച്ചപ്പോൾ എനിക്ക് സങ്കടമായി, ഉള്ളിൽ ഒരു ഭയവും തോന്നി. തീരെ വയ്യാത്തതുകൊണ്ടാണ് ഇങ്ങോട്ട് വരാൻ രണ്ടുദിവസം വൈകിയത്. അല്ലെങ്കിൽ ഞാൻ അന്നുതന്നെ വന്നേനേ. മോളേ, ശങ്കുഇക്ക എവിടെപ്പോയി? ഇവിടെയില്ലേ? ഓനിപ്പോൾ താമസിക്കുന്ന സ്ഥലത്തെ അഡ്രസ്സോ ഫോൺ നമ്പറോ ഉണ്ടെങ്കിൽ ഒന്നെനിക്ക് താ. ഞാനൊന്ന് ഓനെ കാണട്ടെ. മനസ്സിന് എന്തോ ഒരു ബേജാറ്."

ഞാൻ എങ്ങനെയാ ഇവരോട് ഇതൊക്കെ പറയാ...!

പതിന്നാല്

ഞാൻ പറയുന്ന ഉത്തരവും കാത്ത് ആകാംക്ഷയോടെ എന്നെ നോക്കിയിരിക്കുന്ന അബ്ദുമാമയോടും റിയാസിക്കയോടും ഇളയച്ഛൻ മരിച്ചു എന്ന് പറയാനുള്ള ധൈര്യം എനിക്കില്ല. പക്ഷേ സത്യം അവരോട് പറയാതിരിക്കാനുമാവില്ല. ഞാൻ സാവകാശം അവരുടെ അടുത്തേക്ക് ചെന്നു.

"മോളെന്താ ഒന്നും പറയാത്തത് ശങ്കു ഇക്കയ്ക്ക് എന്താ പറ്റിയേ? ഓൻ ഏട പോയി?"

"മാമാ, ഇളയച്ഛൻ അഡ്രസ്സും ഫോൺ നമ്പറും ഇല്ലാത്ത സ്ഥലത്തേക്ക് പോയി. ആരും കാണാതെ, ആരോടും യാത്ര പറയാതെ, ആർക്കും അന്വേഷിച്ചു പോകാൻ പറ്റാത്ത സ്ഥലത്തേക്ക്."

ഞാൻ പറഞ്ഞത് അബ്ദുമാമയ്ക്ക് മനസ്സിലായില്ല.

"ഒന്ന് തെളിയിച്ചു പറയൂ മോളേ."

"ഇളയച്ഛൻ ഞങ്ങളെയൊക്കെ വിട്ടുപോയി. മരിച്ചു മാമാ."

മാമയ്ക്കത് സഹിക്കാനായില്ല. പൊട്ടിക്കരഞ്ഞു. ഒരാളുടെ മരണവാർത്ത വൈകിയാണെങ്കിലും അത് കേൾക്കുന്നത് ആദ്യമായിട്ടാണെങ്കിൽ അവർക്കത് അപ്പോൾ സംഭവിച്ചതുപോലെ തന്നെയാണ് തോന്നുക. അബ്ദുമാമ കുറെ സമയം കരഞ്ഞു. ശബ്ദം കേട്ട് മുറ്റത്ത് കളിച്ചുകൊണ്ടിരിക്കുന്ന കുട്ടികൾ കളി നിർത്തി എന്തോ സംഭവിച്ചതുപോലെ മാമയുടെ അടുത്തേക്ക് വന്നു. കുറെ സമയം ഞങ്ങളാരും ഒന്നും സംസാരിച്ചില്ല.

ആ നിശ്ശബ്ദതയ്ക്ക് വിരാമമിട്ടുകൊണ്ട് റിയാസിക്ക ചോദിച്ചു. "എപ്പോഴായിരുന്നു കാത്തു? എന്തായിരുന്നു അസുഖം? നമ്മളാരും അറിഞ്ഞതേയില്ല."

"കഴിഞ്ഞ ജൂലൈ 21നായിരുന്നു ഇക്കാ. നേരത്തെ ശ്വാസംമുട്ടൽ ഉണ്ടായിരുന്നല്ലോ. മൂന്നാഴ്ച ഹോസ്പിറ്റലിലായിരുന്നു. ഡിസ്ചാർജ്

ചെയ്തു വരേണ്ട ദിവസം പുലർച്ചെ നാലുമണിക്ക് ആയിരുന്നു. ലങ്സിന് കാൻസറായിരുന്നുവെന്ന് പറയുന്നു. ആ അസുഖം ഇളയച്ഛന് വന്നതിനെക്കുറിച്ച് എനിക്കൊന്നുമറിയില്ല."

പോക്കറ്റിൽ നിന്നും ടവൽ എടുത്ത് അബ്ദു മാമ കണ്ണും മുഖവും തുടച്ചു. എന്നിട്ട് പറഞ്ഞു, "ഓണത്തിന് കാണാത്തപ്പോൾ എനിക്ക് ഭയം തോന്നി. കുറെ നാളായിട്ട് എന്തോ ഒരു വിഷമം ഓൻ മനസ്സിൽ കൊണ്ടുനടക്കുന്നുണ്ടെന്ന് തോന്നിയിരുന്നു. ചോദിച്ചിട്ട് ഒന്നും പറഞ്ഞില്ല. ഇവിടെ വിളിച്ചപ്പോൾ കാര്യമായിട്ടൊന്നും പറയാൻ താൽപര്യവും കാണിച്ചില്ല. ഞാൻ കരുതി ഓൻ വേറെ എവിടെയോ താമസിക്കാൻ പോയി എന്ന്. ഇവിടെ നടക്കുന്ന കാര്യങ്ങൾ കുറച്ചൊക്കെ ഓൻ പറഞ്ഞിട്ട് എനിക്കറിയാം. ഓന് മനസ്സിന് നല്ല വിഷമമുണ്ട്. മക്കളാണെന്ന് കരുതി പോട്ടേന്നു വച്ചാലും ചിലപ്പോൾ അവര് പറയുന്നത് കേൾക്കുമ്പോൾ മനസ്സിന് നല്ല സങ്കടം വരും അബ്ദുക്ക എന്ന് ഓൻ പറയാറുണ്ട്. എന്നേക്കാളും ഇളയതാ ഓന്. നമ്മൾ താമസിക്കുന്ന റൂമിന്റെ അടുത്ത റൂമിലെ പാക്കിസ്ഥാനി എല്ലാവരെയും ഇക്കാന്നു വിളിക്കുന്ന കൂട്ടത്തിൽ ശങ്കുനേയും വിളിച്ചു ഇക്കാന്ന്. അത് പിന്നെ നമ്മളെല്ലാവരും പ്രായം നോക്കാതെ ഏറ്റു വിളിച്ചു. ശ്വാസംമുട്ടൽ വന്നതിനുശേഷം നടന്നു വരാൻ പറ്റാത്തതു കൊണ്ട് ഇപ്പോൾ കുറച്ചായിട്ട് എന്റ്ടുത്തേക്കുള്ള വരവ് കുറവാ. എന്നാലും എന്നെ വിളിക്കും. ഞങ്ങൾ തമ്മിലുള്ള അടുപ്പം അങ്ങനെയാ. ഓന് ഇത്രയും വേഗം മരിച്ചുപോകും എന്ന് ഞാനും കരുതിയില്ല. നല്ല സ്നേഹമുള്ള മനുഷ്യനാ. ദുബായീന്ന് ഈ ശീലമൊന്നുമില്ല. നാട്ടിൽ വന്നതിനുശേഷം മനപ്രയാസം കൂടിയപ്പോഴാണ് ബീഡിവലി തുടങ്ങിയത്. ശ്വാസംമുട്ടൽ വന്നതിനുശേഷം അതെല്ലാം നിർത്തിയതല്ലേ, പക്ഷേങ്കില് അതിനുമുമ്പുതന്നെ സൂക്കേട് പിടിച്ചു കാണും."

"എല്ലാ വിശേഷദിവസങ്ങളിലും ഇളയച്ഛൻ അബ്ദുമാമയോടൊപ്പം ആയിരിക്കില്ലേ. അതിന് ഓണമെന്നോ പെരുന്നാളെന്നോ വേർതിരിവ് ഉണ്ടായിരുന്നില്ല. വിശേഷദിവസങ്ങളിൽ അതിരാവിലെ തന്നെ വീട്ടിൽ നിന്നിറങ്ങി രാത്രിയിലാണ് തിരിച്ചെത്താറ്. ഇളയച്ഛൻ മാമയുടെ വീട്ടിൽ ഒരാളായിരുന്നുവെന്നു പലപ്പോഴും തോന്നിയിട്ടുണ്ട്."

അപ്പോൾ ഞാൻ ഓർത്തു, വിശേഷ ദിവസങ്ങളിൽ വീട്ടിലുണ്ടാക്കുന്ന പലഹാരങ്ങൾ ഇളയച്ഛന് കഴിക്കാൻ കൊടുക്കുന്നതാണ് പാർസലാക്കി അബ്ദുമാമയ്ക്ക് കൊണ്ടുകൊടുക്കുന്നത്.

"മോൾക്കറിയോ ഞാനും ഓനും തമ്മിൽ ഒരുപാട് വർഷത്തെ പരിചയമുണ്ട്. ഞങ്ങൾ തമ്മിൽ കണ്ടത് ബോംബേന്നാണ്. പഠിപ്പു

കഴിഞ്ഞ ഓനെ ജോലി ആക്കിത്തരാമെന്ന് പറഞ്ഞ് അച്ഛന്റെ അനിയൻ ബോംബയിൽ കൊണ്ടുവന്നു വീട്ടിലെ പണിക്കിട്ടു. പണിയെല്ലാം നന്നായിട്ട് ചെയ്യണം. പക്ഷേ കാര്യായിട്ട് ഒന്നും തിന്നാൻ കൊടുക്കില്ല. ഞാൻ പിന്നെ അധികം പഠിച്ചില്ല, ദുബായിൽ പോണന്നുള്ള ആശയും മനസ്സിൽ വച്ചു ഞാനിടന്നു ബോംബെയിലേക്ക് വണ്ടികയറി. പരിചയത്തിൽ ഒരാളുടെ ഹോട്ടലിൽ എനിക്കൊരു പണിയും ശരിയായി.

ഞങ്ങള് താമസിക്കുന്നതിനടുത്തായിരുന്നു ഹോട്ടൽ. വീട്ടിലെ പണിയെല്ലാം കഴിഞ്ഞ് സമയം കിട്ടുമ്പോൾ ഹോട്ടലിൽ വന്നു ഞങ്ങൾ എന്തെങ്കിലുമൊക്കെ മിണ്ടിപ്പറഞ്ഞുമിരിക്കും. മലയാളം പറയുന്ന ആളല്ലേ, കണ്ടപ്പോൾ വലിയ സന്തോഷായി. പിന്നെ ഞങ്ങളൊരു ജില്ലക്കാരാണെന്നറിഞ്ഞു. പറഞ്ഞു വന്നപ്പോൾ ഓന്റെ ബന്ധുക്കൾ നമ്മുടെ നാട്ടിലുണ്ട്, പരിചയക്കാരാ. മോളെ ഉപ്പാപ്പ ഓന്റെ ഒരു ഏട്ടനായിട്ട് വരും എന്നറിഞ്ഞപ്പോൾ എനിക്ക് ഓനോടുള്ള സ്നേഹം കൂടി. മോളെ ഉപ്പാപ്പയെ നമ്മളെ വീട്ടിലെല്ലാവർക്കും അറിയാം. പക്ഷേ ഓന് വെല്ല്യ ഓർമ്മയില്ല. കുഞ്ഞിലെ പോയതല്ലേ, ഓൻ പഠിച്ചതും വളർന്നതുമെല്ലാം ഓന്റെ അച്ഛന്റെ നാട്ടിലല്ലേ.

ഹോട്ടലിൽ വന്നിരുന്നിട്ട് ഓനോന്റെ കഷ്ടപ്പാടെല്ലാം പറയും. ഞാനാ ഓന് ഭക്ഷണം കൊടുക്കല്. ദുബായിലേക്കുള്ള പേപ്പർ ശരിയായിട്ട് പോകുന്ന കാര്യം പറഞ്ഞപ്പോൾ ഓന് സങ്കടമായി. ഓനെ ഒറ്റയ്ക്കാക്കിയിട്ട് പോകാൻ എനിക്കും വിഷമമായി. എന്റെ ഇളയപ്പയ്ക്ക് അത്യാവശ്യം നല്ല പിടിയുണ്ട് ദുബായിൽ. ഞാൻ ഓന്റെ കാര്യം ഇളയപ്പയോട് പറഞ്ഞപ്പോൾ ഓനെയും കൂട്ടിക്കോളാൻ പറഞ്ഞു. അങ്ങനെ ഞമ്മള് രണ്ടാളും ഒരുമിച്ചാ ദുബായിലേക്ക് വണ്ടി കയറിയത്.

ആദ്യം നമ്മൾ അജ്മാനിലായിരുന്നു. ഓനൊരു മെയിന്റനൻസ് കമ്പനിയിലും എനക്ക് ഹോട്ടലിലും പണികിട്ടി. പക്ഷേ താമസം നമ്മൾ ഒരുമിച്ചാ. ചെറിയ റൂമിൽ കുറെ ആൾക്കാരും. നമ്മള് ഒരു വീട്ടിലെ ആളെപ്പോലെ ഒരുമിച്ച് ഭക്ഷണമുണ്ടാക്കി കഴിക്കും. രാത്രി വരെ ഉറങ്ങാതെ പാട്ടും കഥയും പറഞ്ഞിരിക്കും. ലീവുള്ള ദിവസം ഒരുമിച്ച് കറങ്ങാൻ പോകും. ചൂടുകാലത്ത് കാറ്റുംകൊണ്ട് രാത്രി വരെ അജ്മാൻ ബീച്ചിൽ ഇരിക്കും.

അങ്ങനെ ഒരു ദിവസം ഇളയാപ്പ എന്നോട് പറഞ്ഞു. "എനിക്ക് പരിചയത്തിലുള്ള ഒരാളിന്റെ ഹോട്ടലുണ്ട് ദേരയിൽ. അതിപ്പോ അയാൾക്ക് നടത്തിക്കൊണ്ടു പോകാൻ കഴിയുന്നില്ല. നിനക്കത്

ഏറ്റെടുക്കാൻ പറ്റുമോ?" എനിക്കും സ്വന്തമായിട്ട് വേണംന്നൊരു ആഗ്രഹമുണ്ടായിരുന്നു. ഞാൻ പിന്നെ ഒന്നും നോക്കിയില്ല. ഹോട്ടൽ ഏറ്റെടുത്തു. അതായിരുന്നു എന്റെ തുടക്കം. അതിനുശേഷം ഞാൻ വേറെ ഹോട്ടലും സൂപ്പർമാർക്കറ്റുമൊക്കെ തുടങ്ങി. ഇന്ന് യുഎഇ യിൽ കാണുന്ന ബെസ്റ്റ് ടേസ്റ്റ് ഹോട്ടൽ ഒക്കെ എന്റേതാണ്.

ഞാൻ ദേരയ്ക്ക് പോയതിനുശേഷം ഇവൻ എല്ലാ വ്യാഴാഴ്ചയും വൈകുന്നേരം എന്റെ അടുത്ത് വരും. പിന്നെ ശനിയാഴ്ച രാവിലെ തിരിച്ചുപോകും. അങ്ങനെയിരിക്കുമ്പോഴാണ് ഇവനൊരു അപകടം വന്നത്. പണി ചെയ്തുകൊണ്ടിരിക്കുമ്പോൾ മോളീന്ന് വീണ് കാലിന് നല്ലോണം അപകടം പറ്റി. പിന്നെ പണിക്ക് പോകാൻ കഴിഞ്ഞില്ല. എന്ന് മാത്രമല്ല നടക്കാനും പ്രയാസമായി. ഞാൻ എന്റെ റൂമിലേക്ക് കൂട്ടിക്കൊണ്ടുവന്ന് ആട്ന്ന് ചെയ്യാൻ പറ്റുന്ന ചികിത്സയൊക്കെ ചെയ്തു. പക്ഷേ ശരിക്കുമങ്ങ് മാറിയില്ല. ഓന് പിന്നെ കൊടുക്കാനും ആരൂല്ല. നാട്ടിൽ പോയാൽ ആടെ കാര്യമായ ബന്ധുക്കളും ഇല്ല. നിൽക്കാനും സ്ഥലമില്ല. അതുകൊണ്ട് ആള് ദുബായിൽതന്നെ കഴിഞ്ഞ്.

റൂമിലെ ഓരോരാളും നാട്ടിലെ ലീവിന് പോകുമ്പോൾ ഓന് വലിയ സങ്കടമാണ്. ഓന് പോകാനൊരു സ്ഥലമില്ലാത്തതിന്റെ. ചിലവില്ലാത്തതിനാൽ കയ്യില് കുറച്ച് പൈസ സൂക്ഷിച്ചുവെച്ചിരുന്നു. അതെല്ലാം ചികിത്സിച്ച് തീർന്നു. നാട്ടിൽ പോയി ചികിത്സിച്ചാൽ ഓന്റെ കാലിന് ഭേദമാകുമായിരുന്നു. അതുകൊണ്ടാ മോളേ ഉപ്പാപ്പാനെ വിവരമറിയിച്ചത്. ഇവിടെ വന്നാൽ ശങ്കരനെ നോക്കാനാരുമില്ല. അതിനാൽ ഇങ്ങോട്ടേക്കു വരേണ്ട. ഇവിടുന്ന് ചികിത്സിക്കാനാവില്ല, അങ്ങനെയാണന്ന് പറഞ്ഞത്.

സമയത്തിന് നാട്ടിലെ ചികിത്സ കിട്ടിയിരുന്നെങ്കിൽ ഓന്റെ കാലിന്റെ അസുഖം മാറുമായിരുന്നു. ആ വീഴ്ച കൊണ്ടാണ് കാലങ്ങനെ വലിച്ചു നടക്കുന്നത്. ഞാൻ പിന്നെ ഓനെ പുറത്തു പണിക്കു വിട്ടില്ല, ഹോട്ടലിൽ കൂടെ നിർത്തി. അങ്ങനെ ഇരിക്കുമ്പോഴാണ് വീട്ടിൽ ആളില്ല, ശങ്കരനെ ഇങ്ങോട്ടേക്ക് വിടുമോ എന്ന് ചോദിച്ചു മോളെ ഉപ്പാപ്പ എനിക്ക് എഴുതിയത്. കുറച്ച് നാള് നാട്ടിൽ നിന്നാൽ ഓന് മനസ്സിന് സന്തോഷവും ബന്ധുക്കളെയും കിട്ടും. പിന്നെയും കണക്കുകൂട്ടലുകൾ ഉണ്ടായിരുന്നു എനിക്ക്. അങ്ങനെയാ നാട്ടിൽ പറഞ്ഞയച്ചത്. മോളെ ഉമ്മാമ നല്ല സ്നേഹമുള്ള പെണ്ണുങ്ങളായിരുന്നു. അവര് മരിച്ചതോടെ എല്ലാ കണക്കും തെറ്റി. അവര് ഉണ്ടായിരുന്നെങ്കിൽ ശങ്കു ഇക്കയ്ക്ക് കല്യാണം കഴിപ്പിച്ച് ഒരു കുടുംബമൊക്കെ ആക്കിക്കൊടുത്തേനേ.

ഞാൻ പിന്നെ നാട്ടിൽ പോയി കല്യാണം കഴിച്ചു. അതിനുശേഷം നേരത്തെ പോലെ സ്ഥിരമായി ദുബായിൽ നിക്കലില്ല. ആടെയും ഈയിടെയുമായി കുറച്ചു നിൽക്കും. ഈടെയുണ്ടാകുമ്പോൾ ഓനെന്റെ കൂടെ തന്നെയായിരിക്കും. ഞാൻ ഒരുപാട് പറഞ്ഞു നോക്കിയതാ അങ്ങോട്ടേക്ക് വരാൻ. പക്ഷേ കേട്ടില്ല. അതിന്റെ കാരണം ചോദിച്ചപ്പോൾ ഒരിക്കലും ഓൻ പറഞ്ഞിട്ടുമില്ല. ജീവിതം ഒന്നുമല്ലണ്ടായി. ആർക്കൊക്കെയോ വേണ്ടി ജീവിച്ചു. അവസാനം ഓനെ ആർക്കും വേണ്ടാണ്ടായി.

കഴിഞ്ഞ രണ്ടു പ്രാവശ്യം ഓൻ ആശുപത്രിയിലായപ്പോൾ എന്നെ വിളിച്ച് അറിയിച്ചിരുന്നു. ഞാൻ എല്ലാ ദിവസവും പോയി കാണും. ഇപ്രാവശ്യം എന്നെ അറിയിച്ചില്ല. എന്താ പറ്റിയേ? മോളേ, മോക്കൊന്ന് അറിയിക്കായിരുന്നില്ലേ? ഒറ്റയ്ക്ക് വരാൻ കഴിയാത്തതു കൊണ്ടാണ് ഞാൻ ഇത്ര ദിവസവും വന്ന് അന്വേഷിക്കാതിരുന്നത്. പേപ്പറിലും കണ്ടില്ല മരിച്ച വിവരം."

പേപ്പറിൽ കൊടുത്ത വിവരം ആരും കണ്ടിട്ടില്ല. ആ വാർത്ത വായിച്ചാൽ ആർക്കും മനസ്സിലാവില്ല. ഫോട്ടോ കൊടുക്കാൻ ഞങ്ങളുടെ കയ്യിൽ ഇളയച്ഛന്റെ ഫോട്ടോ ഇല്ലായിരുന്നു. അതുകൊണ്ട് ഇളയച്ഛൻ എവിടെപ്പോയെന്ന് അന്വേഷിച്ച് ഇപ്പോഴും ആളുകൾ വരുന്നു."

റിയാസിക്ക മൊബൈലിൽ നിന്നും ഇളയച്ഛന്റെ ഫോട്ടോ എനിക്ക് കാണിച്ചു തന്നു.

"ഞാൻ എല്ലാ വർഷവും നാട്ടിൽ ലീവിന് വന്നാൽ വീട്ടിലുള്ള എല്ലാവരുടെയും ഫോട്ടോ എടുക്കുമ്പോൾ ശങ്കുമാമയുടെ ഫോട്ടോയും എടുക്കും. അങ്ങനെ എടുത്തതാണ്. വീട്ടിലെ ആൽബത്തിലും മാമയുടെ ഇഷ്ടംപോലെ ഫോട്ടോയുണ്ട്. കാത്തുവിന് വേണമെങ്കിൽ ഞാൻ തരാം."

ഞാനിപ്പോ വരാമെന്നു പറഞ്ഞ് ഇക്ക എഴുന്നേറ്റ് കാറിന്റെ അടുത്തേക്ക് പോയി.

പതിനഞ്ച്

സമയം സന്ധ്യയോടുടടുക്കുന്നു. അസ്തമയസൂര്യന്റെ കിരണങ്ങളേറ്റ് ആകാശം തീക്കനൽപോലെ ചുവന്നിരിക്കുന്നു. പെട്ടെന്നു തന്നെ റിയാസിക്ക ദുബായ് ഡ്യൂട്ടിഫ്രീയുടെ ഒരു കവറുമായി തിരിച്ചുവന്നു.

"ഇതു ഞാൻ ശങ്കുമാമയ്ക്കായി ദുബായിൽനിന്നും കൊണ്ടുവന്നത്."

ഇക്ക ആ കവർ തുറന്നു. അതിൽനിന്നൊരു വാച്ചും ചെറിയ ടോർച്ചുമെടുത്തു.

"ഇത് എല്ലാ വർഷവും മാമയ്ക്ക് ഞാൻ കൊണ്ടു കൊടുക്കുന്നത്."

അടുത്തതായി ചോക്ലേറ്റും നട്ട്സും സ്പ്രേയും പിന്നെ കുറച്ച് ഡ്രസ്സുമെടുത്തു.

"ഇതിൽ ഞാൻ ദുബായിൽനിന്നു കൊണ്ടുവന്നതും ഉപ്പാപ്പ പെരുന്നാളിന് ഇവിടെ നിന്നും വാങ്ങിച്ചതുമുണ്ട്."

അവസാനമായി ഇക്ക ഒരു മൊബൈൽ ഫോൺ കയ്യിൽ എടുത്തു.

"കഴിഞ്ഞവർഷം ഞാൻ വന്നപ്പോൾ, ഇനി വരുമ്പോൾ എനിക്കൊരു മൊബൈൽ ഫോൺ കൊണ്ടുതരണമെന്ന് ശങ്കുമാമ പറഞ്ഞിരുന്നു. വീട്ടിലെ ഫോൺ എന്നെ വിളിക്കാൻ അനുവദിക്കുന്നില്ല. പലരും എന്നെ വിളിച്ചാൽ കിട്ടാറുമില്ലെന്ന് വിഷമത്തോടെ പറഞ്ഞു. ഫോൺ മാമയ്ക്ക് അത്യാവശ്യമാണെന്ന് എനിക്ക് തോന്നിയതുകൊണ്ട് തൽക്കാലം ഞാൻ ഇവിടെ നിന്നും ഒരെണ്ണം വാങ്ങിച്ചു തരാം, പിന്നെ ഇടയ്ക്കിടെ ആളുകൾ ഇങ്ങോട്ടേക്ക് വരുന്നില്ലേ അവരുടെ കയ്യിൽ കൊടുത്തയയ്ക്കാം എന്ന് പറഞ്ഞപ്പോൾ

അതൊന്നും വേണ്ട, മോൻ വരുമ്പോൾ ഒരെണ്ണം കൊണ്ടു തന്നാൽ മതി എന്ന് പറഞ്ഞു. ഇത് മാമയ്ക്ക് വേണ്ടി വാങ്ങിച്ച ഫോൺ ആണ്. ഇനി ഇതെല്ലാം ഞാൻ കാത്തൂന് തരുന്നു. എന്താണെന്ന് വച്ചാൽ നോക്കി ചെയ്തോളൂ."

"വേണ്ട. ഇക്കാ ഇത് ഇളയച്ഛന് വേണ്ടി കൊണ്ടുവന്നതല്ലേ, ഇതെല്ലാം തിരിച്ചുകൊണ്ടുപോയ്ക്കൊള്ളൂ."

"കാത്തൂ, അങ്ങനെ പറയരുത്. ചോക്ലേറ്റും നട്ട്സും ആർക്കു വേണമെങ്കിലും കഴിക്കാലോ. സ്പ്രേയും എല്ലാവർക്കും ഉപയോഗിക്കാം. അതുകൊണ്ട് ഇതെങ്കിലും വാങ്ങണം. പിന്നെ ഈ ഫോൺ, ഇത് ഞാൻ കാത്തുവിന് തരുന്നു. കുട്ടിക്കാലത്ത് രണ്ടുമൂന്നു തവണ തെയ്യം നടക്കുന്ന ചന്തയുടെ സ്ഥലത്ത് ഞാൻ ശങ്കുമാമയോടൊപ്പം കാത്തുവിനെ കണ്ടിട്ടുണ്ട്, പക്ഷേ അന്ന് നമ്മൾ തമ്മിൽ വലിയ പരിചയമില്ല. പ്രീഡിഗ്രിക്ക് ആദ്യമായി ക്ലാസ് തുടങ്ങുന്ന ദിവസം മാമയാണ് കാത്തുവിനെയും കൂട്ടി കോളേജിൽ വന്നത്. അന്ന് മാമ എന്നോട് പറഞ്ഞു, മോളെ നന്നായി ശ്രദ്ധിച്ചോളണേ. ഇത്രനാളും ഇവൾ വീടിനടുത്തുള്ള സ്കൂളിലാണ് പഠിച്ചത്, ഇപ്പോൾ ആദ്യമായിട്ടാണ് ബസ്സൊക്കെ കേറി പഠിക്കാൻ വരുന്നത്. അതുകൊണ്ട് ചെറിയ പേടിയുണ്ട്, ഞാനിവളെ മോനെ ഏൽപ്പിക്കുന്നു എന്ന്. കാത്തുവിന് അതൊക്കെ ഓർമ്മയുണ്ടോ?"

"ഒന്നും മറന്നിട്ടില്ല ഇക്കാ. ഇടയ്ക്ക് ഓർക്കാറുണ്ട്. അന്ന് ഇക്ക കോളേജിൽ പിജിക്ക് പഠിക്കുകയായിരുന്നില്ലേ, കേമ്പസിലെ ഹിറോ, കോളേജ് യൂണിയൻ ചെയർമാൻ, ക്രിക്കറ്റ് ക്യാപ്റ്റൻ, പിന്നെ സൂപ്പർ സിംഗറും. എന്നും എന്നെ അന്വേഷിക്കാൻ ക്ലാസിൽ വരും. ഇക്കാ ക്ലാസിൽ വരുന്നതും കാത്തിരിക്കുന്ന ഒരുപാട് ഫ്രണ്ട്സ് എനിക്കുണ്ടായിരുന്നു. അന്ന് കോളേജിലെ പെൺകുട്ടികളുടെ ഇടയിൽ ഇക്ക ഒരു താരമായിരുന്നില്ലേ? ഇപ്പോൾ ദുബായിൽ പോയതിനുശേഷം സംസാരിക്കുമ്പോഴൊക്കെ പഴയ ഇക്ക തന്നെ. പക്ഷേ അന്നത്തേക്കാൾ ഗ്ലാമർ കൂടി."

റിയാസിക്ക ചിരിക്കാൻ ശ്രമിച്ചു.

"കാത്തു പ്രിഡിഗ്രിയും ഞാൻ പിജിയും ഒരേ സമയമല്ലേ കഴിഞ്ഞത്. അതിനുശേഷം നീ ഡിഗ്രിക്കും ഞാൻ സിഎയ്ക്കും. അതു കഴിഞ്ഞു ഞാൻ ദുബായിലേക്കും, നമ്മൾ പിന്നെ കണ്ടിട്ടില്ല. പക്ഷേ ഞാൻ കാണുമ്പോഴൊക്കെ ശങ്കുമാമയോട് നിന്റെ വിവരം അന്വേഷിക്കാറുണ്ട്. ഇവിടത്തെ ആൾക്കാരെയൊന്നും എനിക്ക് നേരിട്ട് അറിയില്ല, പക്ഷേ മാമയിലൂടെ എല്ലാവരെയും കേട്ടറിയാം.

അതിനാൽ ഈ വീടുമായി എനിക്ക് നല്ല അടുപ്പമുണ്ട്, ഇനി നമുക്ക് പരസ്പരം കാര്യങ്ങളറിയാൻ ഈ ഫോൺ കാത്തു വാങ്ങണം."

"ഇക്ക, രണ്ടുമൂന്നു മാസം കഴിഞ്ഞതിനുശേഷം ഞാൻ ഒരു മൊബൈൽ ഫോൺ വാങ്ങും, അതുവരേക്കും ഞാൻ വീട്ടിലെ ലാൻഡ് നമ്പർ തരാം. അതിൽ വിളിച്ചാൽ മതി."

"ഇക്ക തരുന്ന ഒരു ഗിഫ്റ്റായി ഇത് കാത്തുവിന് സ്വീകരിച്ചൂടേ?

"മോളേ, വേണ്ടന്ന് പറയല്ല, ഓൻ സ്നേഹത്തോടെ തരുന്ന തല്ലേ, പുറമേയുള്ള ആളാണെന്ന് വിചാരിക്കേണ്ട. സ്വന്തമാണെന്ന് കരുതി അത് വാങ്ങൂ."

ഇവരുടെ രണ്ടുപേരുടെയും സ്നേഹത്തിനു മുന്നിൽ എനിക്കത് നിഷേധിക്കാനായില്ല. ഞാനാ ഫോൺ വാങ്ങി. ഇക്ക എനിക്കൊരു വിസിറ്റിംഗ് കാർഡ് തന്നു.

"ഞാൻ വന്നിട്ട് കഷ്ടിച്ച് ഒരാഴ്ചയേയായുള്ളൂ. എന്റെ ലീവ് തീരാൻ ഇനിയും മൂന്നാഴ്ച ബാക്കിയുണ്ട്. അതിനുമുമ്പ് ഈ ഫോൺ ആക്ടീവാക്കി നമ്പർ എനിക്ക് തരണം. ഞാൻ വിളിക്കും കാത്തുവിനെ. ഇവിടെയായാലും ദുബായിൽ ആയാലും ഒരു മിസ്ഡ് കോൾ തന്നാൽ മതി. നേരം ഒരുപാട് വൈകിയില്ലേ. എന്നാ ഞങ്ങൾ ഇറങ്ങുന്നു."

"ഇവിടെ ആരുമില്ല. അതാണ് എന്റെ വീട്. അവിടെ പോയി അച്ഛനെയും അമ്മയെയും കണ്ടു ചായയൊക്കെ കുടിച്ചിട്ട് പോയാൽ പോരേ?"

"ഇപ്പോ വേണ്ട മോളേ. മനസ്സൊക്കെ തളർന്നിരിക്കുകയാണ്. ആരെയും കണ്ടു വർത്താനം പറയാനൊന്നും തോന്നുന്നില്ല. വല്ലാത്തൊരു ക്ഷീണം. വീട്ടിൽ പോയൊന്നു കിടക്കട്ടെ."

"കാത്തൂ, ഞാനും ആരെയും കണ്ട് സംസാരിക്കാനുള്ളൊരു മാനസികാവസ്ഥയിലല്ല. പിന്നെയൊരിക്കൽ ആകാം. അപ്പോഴാകാം ചായയൊക്കെ. ഞങ്ങൾ ഇറങ്ങുന്നു."

"ആയിഷമ്മായിയോട് ഞാൻ അന്വേഷിച്ചതായി പറയണം."

"മോള് സമയം കിട്ടുമ്പോൾ അങ്ങോട്ടേക്ക് വാ. ആടെ ഞങ്ങൾ രണ്ടാളും മാത്രമേയുള്ളൂ. ഇവൻ പോകുന്നതുവരെ ഇവനും കാണും. ഓക്കാണെങ്കിൽ ആളെ കണ്ടു വർത്താനം പറയാൻ നല്ല ഇഷ്ടമാണ്."

"മാമാ, ഞാൻ ഇടയ്ക്ക് എപ്പോഴെങ്കിലും വരാം."

അവർ ഗേറ്റിനടുത്തേക്ക് നടന്നു. ഞാൻ അവരെ അനുഗമിച്ചു. കാറിൽ കയറി സ്റ്റാർട്ട് ചെയ്തതിനുശേഷം വിൻഡോ താഴ്ത്തി ഞങ്ങളെ നോക്കി കൈവീശി ഇക്ക വണ്ടിമുന്നോട്ടെടുത്തു. അവരെ നോക്കി ഞാനും കൈവീശി. ആ കാർ കണ്ണിൽ നിന്നും മറയുന്നതുവരെ ഞാൻ അവിടെത്തന്നെ നോക്കി നിന്നു. ഇവരുടേതാണ് യഥാർത്ഥ സ്നേഹം. സ്നേഹത്തിന് അതിരില്ല, അതിൽ സ്വാർത്ഥതയുമില്ല. ഇക്കാലം മുഴുവൻ ഇളയച്ഛനോട് ഞങ്ങൾ കാണിച്ചത് മായയായ വർണ്ണങ്ങളാണ്. അതിന് കാണാനുള്ള ആകർഷണം മാത്രമേയുള്ളൂ. യഥാർത്ഥ സ്നേഹത്തിന് വർണ്ണങ്ങൾ ഇല്ല.

■